# ஆரச்சாலை

செந் பாலன்

Galaxy Book Sellers and Publishers
No.8/1068, N.PerumalPatti,
Attukkulam Vilakku,
Sivagangai Road, Melur-625106
Madurai Dist., Tamilnadu, India
Email: admin@galaxybs.com Phone: 99944 34432
Website: www.galaxybs.com

| | |
|---|---|
| ஆரச்சாலை | **Aarachsalai** |
| சென்பாலன் | Sen Balan |
| பதிப்பு ஆண்டு: ஜனவரி 2024 | Year of Edition: Jan 2024 |
| பதிப்பு: இரண்டாம் பதிப்பு | Edition: Second Edition |
| காப்புரிமை: பதிப்பகத்தாருக்கு | Copyrights: Publisher |
| தாள்: என்.எஸ். புக் பிரிண்ட் | Paper: N.S. Book Print |
| நூல் அளவு: 1/8 டெம்மி | Book Size: 1/8 Demy |
| எழுத்து அளவு: 12 புள்ளிகள் | Font Size: 12 points |
| பக்கங்கள்: 178 | Pages: 178 |
| நூல்வடிவமைப்பு: கேலக்ஸி டிசைன்ஸ் - மதுரை | Design by: Galaxy Designs - Madurai |
| வகை: நாவல் | Subject: Novel |

*விலை: 180/-*
வெளியீடு: GB-21
ISBN: 978-81-959620-8-2

©: All rights reserved. No part of this publication maybe reproduced, stored in a retrieval system or transmitted in any form, or by any means, electronic, mechanical, photo copying, recording or otherwise, without the prior permission of the writer.

## பயணிகளின் பார்வைகள்...

"பத்திரிகை தொடர்களுக்கு வாராவாரம் காத்திருந்து வாசித்த எனது பதின்ம பருவத்திற்கு சொற்கள் வழி காலப்பயணம் செய்து கூட்டிகொண்டு போன தொடர். ஆரச்சாலை அழகிய நினைவின் சாட்சி."

— விஸ்வா தி

"உண்மையிலேயே விறுவிறுப்பான கதை என்றால் என்ன என தெரிந்து கொள்ள ஆரச்சாலை படிக்கவும். மீண்டுமொரு ப்ளாக்பஸ்ட்டர்."

— Dev JB

"Without any doubt the best work of Sen Balan. In fact it is one of the best thrillers in Tamil novel history."

— Subhashini Siva

"எத்தனை நுணுக்கமான விஷயங்களை புதினம் முழுவதும் தூவி இருக்கிறார்? சீக்கிரம் முடியக்கூடாதே என்று மெதுவாகவே படித்தேன்."

— VS Maran

"இறுதி வரை பிசுறு தட்டாமல் சென்றது. என் வாசிப்புக்கு எட்டியவரை எந்த ஒரு தர்க்கப் பிழையும் இல்லை. படிக்கவும் சுவாரசியமாக இருந்தது. வெற்றி பெற்ற படைப்பு என்றுதான் சொல்லவேண்டும்."

— Rajan Kurai Krishnan

"வாசகர்களை கட்டி போடும் மந்திர நடை சென் பாலனுக்கு இயல்பாக வாய்த்துள்ளது."
- Dr. Ilan Chezhian

"எதையும் வாசிக்க எடுத்தவுடன் கொஞ்ச நேரத்தில் போரடித்து சமூக வலைத்தளங்களில் உலவுவதே வாடிக்கையாகிப் போன இந்தப் பொழுதுகளில், எங்களை ஆர்வத்தோடு காத்திருந்து வாசிக்கச் செய்த தொடர்."
- Raja Rajendran Tamilnadu

"ஏறக்குறைய 25 ஆண்டு களுக்கு பிறகு க்ரைம் நாவல் படிக்க ஆர்வத்தை தூண்டிய தொடர்"
- Dr. Anbu Mani

"ஒவ்வொரு நாளும் 10 மணிக்காக காத்திருந்து அந்த நேரத்தில் மற்ற வேலை இருந்தால் படபடப்பு ஆகி ஒரு நாள் கூட விடாமல் வாசிக்க வைத்த எழுத்து."
- Dr. Mohan Thamilmathi

## நன்றி

இரவிசங்கர் அய்யாக்கண்ணு
குரு புருனோ
பாலசரண்யா
சிவசங்கரன் சரவணன்
கீதப் ப்ரியன்

## பொறுப்புத் துறப்பு

இக்கதையில் வரும் நிகழ்வுகள், பெயர்கள், சம்பவங்கள் அனைத்தும் கற்பனையே. தனிநபரையோ, அமைப்பையோ குறிப்பிடுவன அல்ல. கடந்த கால / நிகழ்கால நிகழ்வுகளையோ, மனிதர்களையோ நினைவுப்படுத்தும்படி இருந்தால் அது முற்றிலும் தற்செயலானதே

★★★

Common sequences are more common than uncommon sequences.

-Karthick Aldo

## உள்ளத்திலிருந்து....

கூற்றப் புலனாய்வு எனும் புத்தக வகைமையில் தமிழில் வெகுசில நூல்களே சமீபத்தில் வெளிவந்துள்ளன. அவற்றிலும் வாசகர்களின் மனதில் இடம்பிடித்த நாவல்கள் என்றால் விரல்விட்டு எண்ணும் அளவு கூட எண்ணிக்கை இல்லை. இந்த இடத்தை மொழிமாற்ற நூல்களே நிரப்புகின்றன. தகவல் பிழை, தர்க்கப்பிழை போன்றவை குறைவாகவும், படிக்க சுவாரசியமாகவும் உள்ள நூல்களுக்குத் தமிழில் பஞ்சம் என்றே கூறலாம்.

ஆரச்சாலை எனும் இந்தப் புதினத்தை நாங்கள் திட்டமிடும் போதே மற்றொரு சாதாரண நூல் என யாரும் கடந்து சென்றுவிடக்கூடாது என்பதில் உறுதியாக இருந்தோம். ஏனென்றால் இப்புதினத்தின் பின்னால் எங்கள் குழுவினரின் பெரும் உழைப்பு இருந்தது. இதை முதலில் வாசகர்களிடம் கொண்டு சேர்க்க வேண்டும் என நினைத்தோம். வாசகர்களே இதன் வெற்றியை உறுதி செய்வார்கள் என நினைத்தோம். அப்படி உருவானதுதான் கேலக்ஸி பதிப்பகத்தின் இணையதளத்தில் தொடராக வெளியிடும் திட்டம்.

தொடர்ந்து 24 நாட்கள் தொடராக வெளியான ஆரச்சாலை நாங்களே எதிர்பார்க்காத அளவு பாராட்டுகளைப் பெற்றது. தினந்தோறும் இத்தொடரின் அத்தியாயங்கள் வெளியாகும் நேரத்திற்காகப் பல்லாயிரக்கணக்கான வாசகர்கள் காத்திருந்து படித்தனர் என்பதில் இருந்தே இதன் வெற்றியை அறிந்து கொள்ளலாம். தொடரோடு சேர்ந்து வெளியான செயற்கை நுண்ணறிவுப் படங்கள் வாசிப்பனுபவத்தை வேறுதளத்திற்கு எடுத்துச் சென்றன.

தொடராகப் பெற்றதை விட அதிக நேர்மறை விமர்சனங்களையும், பாராட்டுகளையும் பெற்று தமிழ் எழுத்துலகில் தனக்காக இடத்தை அடையும் என்ற நம்பிக்கையுடன் இப்புதினத்தை நூலாகக் கொண்டுவருவதில் பெருமகிழ்ச்சியடைகிறோம்.

- பாலாஜி பாஸ்கரன்
கேலக்ஸி பதிப்பகம்

# முன்கதை

வெள்ளி முடிந்து சனி தொடங்கி ஏறத்தாழ இரண்டு மணி நேரம் ஆகியிருந்தது. அந்த வாரக் களைப்பை, சென்னை உறங்கித் தீர்த்துக் கொண்டிருந்தது. மாநகரத்தின் 80 சதவீத அலைபேசிகள், சார்ஜர் வயரில் மாட்டிக் கொண்டிருந்தன. மீதி அலைபேசிகள் விழித்துக் கொண்டிருந்தன.

உறக்கத்திற்கும் விழிப்புக்கும் இடையில் ஊசலாடிக் கொண்டிருந்தார் தாம்பரம் காவல்துறை ஆணையர் இராஜேந்திரன். அசதியும், அமைதியான பின்னிரவு நேரமும் தூக்கத்தை நோக்கி இழுக்க, இனம் புரியாத கவலைகளும் சிந்தனைகளும் விழிப்பை நோக்கித் தள்ளிக் கொண்டிருந்தன. சமபலத்துடன் இரண்டும் போட்டி போட்டுக்கொண்டிருந்ததால் எந்தப் பக்கம் செல்வது எனத் தெரியாமல் பெருமூளையின் நியூரான்கள் தடுமாறிக் கொண்டிருந்தன. ஒரு ரூபாய் காசு மார்பிள் தரையில் விழுந்ததைப் போல சிறிய சிணுங்கலை வெளிப்படுத்தி வாட்ஸ் ஆப்பில் புதிய செய்தி வந்துள்ளதை அறிவித்தது அவரது மொபைல். பெனால்டி ஷூட் அவுட்டில் கோல் அடித்து வெற்றி பெற்றது விழிப்பு நிலை. பத்திரிக்கையாளர் கவிப்பிரியனின் தனிச்செய்தி அலைபேசி திரையில் மின்னியது.

அநாவசியமாகத் தொல்லை செய்யும் எத்தனையோ பத்திரிகையாளர்களுக்கு மத்தியில் கவிப்பிரியன்

தனிரகம். தேவையில்லாமல் தொடர்பு கொள்ளமாட்டார், அதுவும் இந்நேரத்திற்கு. உடனடியாக வாட்ஸ் ஆப்பை திறந்தார். அதில் ஒரு யூடியூப் லின்க்கை அனுப்பியிருந்தார் கவிப்பிரியன். அதைச் சுண்டிவிட யூடியூப் செயலிக்குச் சென்றது.

அது ஒரு லைவ் யூடியூப் வீடியோவின் லின்க். அதிவேகமாக பைக் ஓட்டி, அந்த வீடியோக்களை யூடியூபில் அப்லோட் செய்து பிரபலமாகி வரும் இளம் பைக்கர் தருண் ஏதோ ஒரு சாலையில் தன் பைக் மீது அமர்ந்தபடி பேசிக்கொண்டிருந்தான். தருண் மீது ஏற்கனவே பல புகார்கள் வந்திருந்ததால் ஆணையருக்குப் பார்த்த உடனே அடையாளம் தெரிந்தது. அந்த பின்னிரவு நேரத்திலும் 18,000 பேர் நேரலையில் அதைப் பார்த்துக் கொண்டிருந்தனர் என்பதைக் காணும் போது இராஜேந்திரனுக்கு ஆச்சரியமாக இருந்தது. இந்தத் தலைமுறையைப் புரிந்துகொள்ள இயலவில்லை. திரை இரண்டாகப் பிரிந்து, இரண்டு கேமராக்களின் வழியே காட்சிகளைக் கடத்திக் கொண்டிருந்தது. ஒன்று ஹெல்மெட்டில் இருந்து சாலையை காட்டியது. மற்றொன்று பைக்கின் சாவித்துளை அருகே அமர்ந்து முகத்தை நோக்கி இருந்தது.

“மக்களே, நான் இப்ப எங்க இருக்கேன்னா, சென்னையோட “most haunted road” அப்படின்னு சொல்லப்படுற ரேடியல் ரோட்ல தான் இருக்கேன். இந்த ரோடு பல்லாவரத்தில் ஆரம்பிச்சு துரைப்பாக்கம் போய் ஓ.எம்.ஆர் ரோடுல ஜாயின் ஆயிடும். சமீபகாலமா இந்த ரோட்ல நிறைய விபத்துகள். அதுவும் சொல்லி வச்ச மாதிரி ஒரே இடத்தில் நடந்திருக்கு. இன்னைக்கு வரை அந்த விபத்துகள் எப்படி நடந்ததுன்னு யாராலயும் சொல்லமுடியல. ஏன் நடந்துச்சுன்னும் யாராலயும் சொல்ல முடியல. போலீஸ் கூட இதப்பத்தி எந்த விளக்கமும் தரல. ஆனா நைட் இந்த ரோட்ல டிராவல் பண்ணக் கூடாதுன்னு பேரிகார்டு போட்டு பிளாக் பண்ணி வச்சிருக்காங்க.”

தலையைத் திருப்பி பின்புறம் பார்த்தான். ஹெல்மெட் கேமரா வழியே பேரிகேடுகள் அடைக்கப்பட்ட சாலை தெரிந்தது.

“ஏற்கனவே நிறையப் பேர் இந்த பேய்ச்சாலை பற்றி வீடியோ போட்டுட்டாங்க. ஆனா மக்களே!! நைட் தனியா போய் லைவ் வீடியோ போடுறது இதான் முதல் தடவை. யாரும் மிஸ் பண்ணிடாதீங்க.”

கமெண்ட்கள் பறந்தன. பலரும் பயத்தை வெளிப்படுத்தினர். திரும்பிப் போகச் சொல்லி பலரும் எழுதினர். சூப்பர்சாட்டில் பணம் கொடுத்து வாங்கப்பட்ட ஸ்டிக்கர்கள் பறந்தன.

“மக்களே நான் இப்ப கீழ்க்கட்டளை ஈச்சங்காடு சிக்னல் பாலம் முடியும் இடத்தில் பேரிகேட்-ஐ கிராஸ் பண்ணி நிற்கிறேன். இங்க இருந்து பல்லாவரம் பாலம் சரியா 4.5 கிலோமீட்டர். அந்த ஆக்ஸிடெண்ட் ஆகுற அமானுஷ்ய இடம் பல்லாவரம் பாலத்துக்கு அரைகிலோமீட்டர் முன்னாடி இருக்கு. அங்க சைட்ல பல்லாவரம் பெரிய ஏரி இருக்கு. இப்ப புதுசா ஒரு மால் கூட கட்டிட்டு இருக்காங்க. இதுவரை தனியா யாரும் போனது இல்ல. அப்படி போனவங்க உயிரோட வந்தது இல்ல. அதைத்தான் நம்ம இப்ப தனியா கிராஸ் பண்ணப்போறோம். பாருங்க மக்களே ரோட்ல ஈ, காக்கா கூட இல்ல.”

ஆக்ஸிலரேட்டரின் திருகலுக்கு ஏற்ப நின்ற இடத்தில் இருந்தே பைக் உறுமியது.

இராஜேந்திரன் காவல்துறை கட்டுப்பாட்டு அறை ஹாட்லைனுக்கு போன் செய்தார். தாம்பரம் ஆணையரிடம் இருந்து அழைப்பு வருவதைக் கண்ட கட்டுப்பாட்டு அறை உதவி ஆய்வாளர் தூக்கத்தின் சுவடே இல்லாமல் பேசினார்.

“கீழ்க்கட்டளை ஈச்சங்காடு சிக்னல்ல இருந்து பல்லாவரம் நோக்கி ஒரு யூடியூபர் பையன் ராஷ் டிரைவ் போகப்போறான். பல்லாவரம் போலீஸ்க்கு இன்ஃபார்ம் பண்ணி உடனடியா நிறுத்தச் சொல்லுங்க.”

“ஓகே சார்.”

“அந்த வீடியோ லைவ்ல போகுது. ரொம்ப குயிக்கா அவனை பிடிக்கனும். நாளைக்கு இது வைரல் ஆச்சுனா மானப்பிரச்சனை. லின்க் அனுப்புறேன். சீரியஸ்னெஸ் புரிஞ்சுதா?”

“புரிஞ்சுது சார். இப்பவே சொல்றோம்”

திரையில் பயணம் தொடர்ந்தது.

“கன்யாகுமரில இருந்து லடாக் வரை பைக்ல போயிருக்கேன். அந்த வீடியோஸ் எல்லாம் நம்ம சேனல்ல இருக்கு. பார்க்காதவங்க பார்த்துடுங்க. ஆனா எங்கயுமே இந்த மாதிரி ஒரு திரில் அனுபவம் கிடைச்சதில்லை. முதன் முறையா நம்ம ஒரு பேய் கூட பைக் ஓட்டப் போறோம். அதுவும் லைவ்ல. இதுல ஜெயிக்கிறது நம்மளா பேயான்னு பார்த்திடுவோம். இதுவரை நம்ம சேனலை சப்ஸ்கிரைப் பண்ணாதவங்க யாரும் இருந்தா சப்ஸ்கிரைப் பண்ணிடுங்க. லவ் யூ மக்களே!!!”

தருண் ஹெல்மெட்டின் கண்ணாடியை இறக்கிவிட்டான். பெரும் உறுமலோடு பச்சை நிற கவாசகி நிஞ்சா 400 கிளம்பியது. அடுத்த 5 வினாடிகளில் 100 kmph வேகத்தை தொட்டது. எட்டாவது வினாடியில் 150. பதினொன்றாம் வினாடியில் 180.

சரியாக ஒரு நிமிடம் 25 நொடிகள் கடந்த நிலையில் அமானுஷ்ய பகுதிக்குள் பைக் நுழைந்தது. கட்டப்பட்டுக் கொண்டிருக்கும் ஷாப்பிங் மால் கட்டிடத்தின் கிரேன் கொண்டைகள் சிவப்பு நிறத்தில் ஒளிர்ந்தன.

பைக்கின் ஸ்பீடோமீட்டர் 179க்கும் 180க்கும் மாறி மாறி சென்று கொண்டிருந்தது. உர்ர்ர்ர்ர்ர் என்ற எஞ்சின் உறுமலைத் தவிர வேறு சத்தமே இல்லை.

பிரம்மாண்ட உயரத்தில் சாலையின் நடுவே அமைக்கப்பட்டிருந்த தெருவிளக்குகள் திடீரென அணைந்து அணைந்து எரிந்தன. நிலநடுக்கம் ஏற்பட்டதைப் போலத் திரையில் ஒரு குலுங்கல். நடுச்சாலையில் சென்று கொண்டிருந்த பைக் யாரோ தள்ளி விட்டதைப் போல் தடுமாறி விழுந்து தீப்பொறி பறக்க வழுக்கிச் செல்வது ஹெல்மெட் கேமராவில் தெரிந்தது. பைக் மீது அமர்ந்திருந்த தருண் பல அடி உயரத்தில் பறந்து சென்று பெரும் விசையுடன் தார்ச்சாலையில் மோதி சடக்கென கழுத்து உடைபடுவது பைக்கில் இருந்த கேமராவில் தெரிந்தது.

அதன் பின் பெரும் அமைதி. ஆன்லைன் சமூகம் உறைந்து நின்றது.

★★★★★

### வாட்ஸ்ஆப் காலை

"இன்னைக்கு சனிக்கிழமை தானே? சீக்கிரமே எழுந்துட்ட?"

படுக்கையில் இருந்து எழுவதற்கு சோம்பேறித்தனப்பட்ட கார்த்திக் ஆல்டோ படுக்கையில் இருந்தவாறே வாட்ஸ் ஆப்பில் உரையாடிக் கொண்டிருந்தான். சமீபகாலமாக அவனது காலைநேர வழக்கமாகிவிட்டிருந்தது இந்த வாட்ஸ் ஆப் உரையாடல். அதுவும் விடுமுறை தினம் என்றால் மிக அதிக நேரம் எடுத்துக்கொள்ளும்.

"இன்னைக்கு சனிக்கிழமை தானே? சீக்கிரமே எழுந்துட்ட?"

"ம்ம்ம்"

"என்னால வேலை நாள்லயே சீக்கிரம் எழுந்திருக்க முடியல"

"எப்படி சீக்கிரம் எழுந்திரிக்கன்னு உனக்கு சீக்ரெட் சொல்லித்தரவா? ரொம்ப ஈஸி"

"போலீஸ் ஆபிசர் எப்ப மோடிவேசன் கோச் ஆனீங்க?"

"சீக்ரெட் வேணுமா, வேணாமா?"

"சரி சொல்லு."

"நீ பண்ற தப்பு என்ன தெரியுமா? வேலைக்கு போற

அன்னைக்கு காலையில் சரியான நேரத்துக்கு எழுந்திருக்கிறது. ஆனால் லீவ் அன்னைக்கு மதியம் வரை தூங்குறது. இது உன் பாடியை கன்ஃபியூஸ் பண்ணும்.”

“அதனால லீவ் அன்னைக்கும் சீக்கிரமா எந்திரிக்க சொல்றியா? பின்ன என்னைக்கு தான் நிம்மதியா தூங்குறது?”

“பொறுமையா கேளு. லீவ் அன்னைக்கும் எந்திரி. அதுக்கு பிறகு கொஞ்ச நேரம் கழிச்சு தூங்கு. உதாரணமா ஆறு மணிக்கு எழுந்திட்டு திரும்பவும் ஏழு மணிக்கு தூங்கு, இல்ல எட்டு மணிக்கு தூங்கு.”

“ய்ப்பா!!! ஏன் சனிக்கிழமை வேலை இல்லாத அன்னைக்கு சீக்கிரம் எழுந்தன்னு கேட்டா, அதுக்கு இவ்ளோ பெரிய லெக்சரா? நீ ஏன் சிங்கிளாவே சுத்துறன்னு இப்ப புரியுது?”

“இன்னைக்கு வேலை இல்லன்னு யார் சொன்னா?”

“சனிக்கிழமை எப்பவும் உனக்கு ஃப்ரீ தானே? கேஸ் இருந்தாலாவது பிஸியா இருப்ப. இப்பதான் உங்க டீம்க்கு கேஸ் எதுவும் இல்லயே.”

“இந்த நொடி வரை இல்ல. ஆனா இன்னைக்கு வந்திடும். ட்விட்டர் செக் பண்ணுனியா?”

“காலையில் எழுந்து வாட்ஸ் ஆப் செக் பண்ணத்தான் பிடிச்சிருக்கு. நீ ட்விட்டர்ல இருக்கியா?”

“ட்விட்டர்ல இன்னைக்கு டிரெண்டிங் பாரு. #RIP_Tharun. தருண்னு ஒரு யூடியூபர் கம் பைக்கர் ரேடியல் ரோடுல நேத்து நைட் ஆக்ஸிடெண்ட் ஆகி செத்துட்டான். இன்னைக்கு டாக் ஆஃப் த டவுன் அதான்.”

“என்னது ரேடியல் ரோடுல திரும்பவும் ஆக்ஸிடெண்ட்டா? அப்ப நிஜமாவே அது பேய் ரோடு தானா?”

“இன்னும் கொஞ்ச நேரத்தில் எங்க டைரக்டர் கால்

பண்ணுவார். அந்த கேஸ் பத்தி பேச வரச் சொல்வார். அதனால இன்னைக்கு ஃப்ரீ கிடையாது."

"உங்க டைரக்டர் கால் பண்ணுவார்ன்னு எப்படி அவ்வளவு உறுதியா சொல்ற?"

"Common sequences are more common than uncommon sequences."

"புரியல?"

"ஒரு நிகழ்வுக்கு அடுத்து எது வழக்கமா நடக்குமோ, அது நடக்கத்தான் வாய்ப்பு அதிகம். எது வழக்கமா நடக்காதோ அது நடக்க வாய்ப்பு குறைவு."

"ஃபைன். நீ இங்கிலீசுல சொன்னதே இப்ப புரியுற மாதிரி இருக்கு. ஆனா நான்தான் நம்பல"

"இப்பவே என்னால நிரூபிக்க முடியும்."

"எப்படி?"

"நான் இப்ப ஒரு கேள்வி கேட்பேன். 20 செகண்ட் தான் உனக்கு டைம். கூகிள்ல பார்க்க கூடாது. உடனே அந்த கேள்வியோட பதிலை ஒரு பேப்பர்ல எழுதி வைக்கனும்."

"ஹேய் வெயிட் வெயிட். பேப்பர், பென் எடுத்துக்கிறேன்.... ஓகே. இப்ப கேளு."

"முக்கியமான விசயம். கூகிள் பண்ணக் கூடாது."

"சர்ரி.... சர்ரி"

"பனிப்பாறையில் மோதி நடுக்கடலில் மூழ்கிப் போன கப்பலின் பெயரை எழுதுக. டைம் ஸ்டார்ட்ஸ் நவ்.... 20, 19.. " வாட்ஸ் ஆப் செய்தியைத் தட்டச்சு செய்து அனுப்பி முடிக்கும் போது திரையின் மேல் இயக்குநர் அருள்மொழியின் பெயர் மின்னியது.

பச்சை பொத்தானை அழுத்தினான்.

"கார்த்திக், எழுந்திட்டீங்களா? டிஸ்டர்ப் பண்ணிடலயே?"

"இல்ல சார். எழுந்தாச்சு"

"இன்னைக்கு காலை 9 மணிக்கு நம்ம ஆபிஸ்ல மீட் பண்ணுங்க. ஒரு முக்கியமான விசயம் பேசனும்"

"ஓகே சார்" அழைப்பைத் துண்டித்தான்.

எங்க போய்ட்ட?

பாய் கிதரே?

Where are you?

எவ்வட போயி?

எக்கட உன்னாரு?

20 நொடிகள் மட்டுமே நீண்ட அந்த தொலைபேசி அழைப்பைப் பேசிமுடிப்பதற்குள் பல மொழிகளில் ஆல்டோவைத் தேடி வாட்ஸ் ஆப் செய்திகள் வந்திருந்தன.

"டைரக்டர் கால் பண்ணியிருந்தார். முக்கியமான விசயமாம். 9 மணிக்கு ஆபிஸ் வரச் சொன்னார்"

"ஹேய்.... நீ சொன்னது அப்படியே நடக்குது"

"அதை விடு. நீ இப்ப பேப்பர்ல எழுதின பெயர் டைட்டானிக் தானே?"

"ஆமா. அது தானே பனிப்பாறையில் மோதி கடல்ல மூழ்கின கப்பல்?"

"பனிப்பாறையில் மோதி கடல்ல மூழ்கின கப்பல்கள் நிறைய

இருக்கு. அதுல ஒன்னு தான் டைட்டானிக். விக்கிப்பீடியா போனா List of ships sunk by icebergs அப்படின்னு பெரிய பட்டியலே இருக்கும். ஆனா யாரைக் கேட்டாலும் உடனே டைட்டானிக்ன்னு தான் சொல்வாங்க. ஏன்னா Common sequences are more common than uncommon sequences."

*****

## அலுவலகத் தருணம்

சனிக்கிழமை என்பதால் வழக்கமான வாரநாட்களின் வாகன எண்ணிக்கையில் ஐந்தில் ஒரு பகுதியை மட்டும் தன்னகத்தே வைத்து அண்ணாசாலை நெரிசலின்றி இயங்கிக் கொண்டிருந்தது. எந்த சிக்னலிலும் பத்து வாகனங்களுக்கு மேல் காத்திருக்கவில்லை. பத்தோடு பதினொன்றாக கார்த்திக் ஆல்டோவின் காரும் ஊர்ந்து சென்றது.

போக்குவரத்து நெரிசல் இல்லாமல், அண்ணா சாலை இதேபோன்று இருந்தால் இன்னும் 20 நிமிடத்தில் அலுவலகத்தை அடைந்துவிடலாம். நேரத்தைப் பார்த்தபின் பரபரப்பின்றி மெதுவாகக் காரைச் செலுத்தினான்.

கார்த்திக் ஆல்டோ தமிழ் வாசகப்பரப்பிற்கு மிகவும் அறிமுகமாகிய பெயர். பரங்கிமலை இரயில் நிலையம், மாயப் பெருநிலம், நான்காவது நாள், கசேரய் போன்ற வழக்குகளில் சிறப்பாகச் செயல்பட்டதால் அரசின் பாராட்டுகளையும், விருதுகளையும் பெற்ற காவல் அதிகாரி.

பலமுறை ஒன்றிய அரசின் குடிமைப்பணி தேர்வு எழுதி அதில் தோற்று வெளியேறிய பின் தமிழ்நாட்டின் குரூப் ஒன் தேர்வின் மூலம் துணைக் கண்காணிப்பாளராக பணியில் அமர்ந்தான். ஐக்கிய முடியரசின் (United Kingdom) எடின்பரோ பல்கலைக்கழகத்தில் கிரிமினாலஜி ஹானர்ஸ் முடித்து தற்போது தமிழ்நாடு மாநில குற்றத் துப்பறிவு மற்றும் தடுப்புப் பிரிவு ஒருங்கிணைப்பாளராக உள்ளான். இப்பிரிவின் இயக்குநர் அருள்மொழி ஐ.பி.எஸ். கார்த்திக் ஆல்டோவின் உயரதிகாரி, வழிகாட்டி, மெண்டர்,

ஞானத்தந்தை, குரு என எப்படி வேண்டுமானாலும் கூறலாம். மாநிலம் முழுவதும் இருந்து முக்கிய வழக்குகள், தீர்க்கப்படாத வழக்குகள் இவர்களது பிரிவிற்கு மாற்றப்படும்.

கசேரய் வழக்கிற்குப் பின் ஒரு நீண்ட ஓய்வும் மாறுதலும் ஆல்டோவிற்கு தேவைப்பட்டது. சில புதிய விசயங்களைக் கற்றுக் கொள்ள வேண்டிய அவசியமும் இருந்தது. விடுமுறை முடிந்து மீண்டும் பணியில் சேர்ந்த முதல் வாரத்திலேயே இந்த அழைப்பு. காலையில் சமூகவலைத்தளங்களில் ஆரச்சாலை பற்றிப் பரபரப்பாகப் பேசப்பட்ட போதே இவ்வழக்கு தங்கள் பிரிவுக்கு மாற்றப்பட வாய்ப்புள்ளது என நினைத்தான் கார்த்திக் ஆல்டோ. அதேபோல இயக்குநர் அருள்மொழியின் அழைப்பு வந்தது.

சரியாக 20 நிமிடத்தில் அலுவலகத்தை அடைந்தான். சனிக்கிழமை என்பதால் அலுவலகம் பரபரப்பின்றி அமைதியாக இருந்தது. நுழைவுப்பகுதியில் இருந்த வாகன நிறுத்துமிடத்தில் இயக்குநர் அருள்மொழியின் காருக்கு அருகில் மற்றொரு வாகனம் நின்றது.

“இந்தக் காரை எங்கோ பார்த்திருக்கிறோமே.... தாம்பரம் கமிசனர் கார். கமிசனர் இராஜேந்திரன் சார் இங்கு வந்திருக்கிறாரா?” புதிதாக அமைக்கப்பட்ட தாம்பரம் காவல் ஆணையரகத்தின் ஆணையர் இராஜேந்திரனின் கார், ஒரு விழாவில் பார்த்திருந்தது கார்த்திக் ஆல்டோ நினைவுக்கு வந்தது.

தாம்பரம் ஆணையரின் காரை தனது அலுவலகத்தில் கண்டவுடன் அதுவரை இருந்த சோம்பேறித்தனம் பட்டென விலகி கார்த்திக் ஆல்டோவின் உடலில் ஒருவித சுறுசுறுப்பு ஒட்டிக் கொண்டது.

நேராக இயக்குநர் அறைக்குச் சென்றான். கதவு திறந்தே இருந்தது. வெளியில் அமர்ந்திருந்த அலுவலக உதவியாளர், உள்ளே செல்லுங்கள் என்பதைப் போலக் கையை அசைத்தார். உள்ளே அருள்மொழியும் இராஜேந்திரனும் தொலைக்காட்சியில் யூடியூப் காணொளியை பார்த்துக் கொண்டிருந்தனர்.

“வா கார்த்திக்.” டிபார்ட்மெண்டில் பெரும்பாலானோர்

ஆல்டோ என அழைத்தாலும் அருள்மொழி மட்டும் கார்த்திக் என்றுதான் அழைப்பார். ஆதிகால வழக்கம். ஏனோ அதை அவர் மாற்றவே இல்லை. இருவருக்கும் வணக்கம் வைத்தான்.

“இந்த வீடியோவைப் பாரு”

“மக்களே, நான் இப்ப எங்க இருக்கேன்னா, சென்னையோட “most haunted road” அப்படின்னு சொல்லப்படுற ரேடியல் ரோட்ல தான் இருக்கேன்....” எனத் தொடங்கிய காணொளி. இரவு முதல் சமூக வலைதளங்களில் வைரல் ஆகிய பைக்கர் தருணின் விபத்துக் காணொளி. ஆல்டோ காலையில் இருந்து அதைப் பலமுறை பார்த்திருந்தான். இருந்தும் மீண்டும் ஒருமுறை புதிதாகப் பார்ப்பதைப் போலப் பார்த்தான்.

“நேத்து நைட் ரெண்டு மணிக்கு நடந்திருக்கு. காலையில் இருந்து இந்த வீடியோ தான் வைரல். ட்விட்டர் முழுக்க #RIPதருண்.”

“நானும் பார்த்தேன் சார்”

“இந்த ஒரு வீடியோ மட்டுமில்ல. பேய்ச்சாலை, Most haunted road in chennai, தருணைக் கொன்றது பேய் அப்படின்னு வீடியோவா போட்டு தள்றாங்க. காலையில் இருந்து ஆரச்சாலையில் போக்குவரத்தையே நிறுத்தி வச்சிருக்கோம். பல்லாவரம் பான்ஸ் சிக்னல் பாலம் கிட்ட திருவிழா மாதிரி மக்கள் கூட்டம்” ஆணையர் இராஜேந்திரன் கூறினார்.

ஒரு சாதாரண பேய்க்கதை புரளி இந்த சென்னை மாநகரத்தை ஸ்தம்பிக்க வைக்கும் என யாராவது சொல்லியிருந்தால் நம்பி-யிருக்கமாட்டான் ஆல்டோ. இப்போது அதை காவல்துறை ஆணையர் கூறுகிறார்.

“தொடர்ச்சியா அந்த இடத்தில் பன்னிரண்டு விபத்து நடந்திருக்கு. நேத்து நடந்தது பதிமூனாவது. பேயா, பிசாசா, இல்ல வேற எதுவுமா? இதுவரை என்ன காரணம்ன்னு கண்டுபிடிக்க முடியல. அதனால இந்த கேஸை நம்ம டிபார்ட்மெண்ட்டுக்கு அலாட் பண்ணியிருக்காங்க. உங்களை நம்பி தான் இந்த கேஸை ஒத்துக்கிட்டேன் கார்த்திக். மத்த வேலை எல்லாத்தையும் தள்ளி

வச்சுடு. இந்த நொடியில் இருந்து உன் கவனம் முழுக்க இந்த கேஸ்ல தான் இருக்கனும். எவ்வளவு சீக்கிரம் முடியுமோ அவ்வளவு சீக்கிரம் முடிக்கனும்." இயக்குநர் அருள்மொழி கூறினார்

"ஷ்யூர் சார்"

எளிதாகக் கூறிவிட்ட இந்த இரண்டு வார்த்தைகள் பல நாள் தூக்கத்தைக் கெடுக்கப் போகின்றன என்பதை ஆல்டோ அப்போது அறிந்திருக்கவில்லை.

★★★★★

## பல்லாவரம் காவல் நிலையம்

பல்லாவரம் காவல் சரக உதவி ஆணையாளர் நிர்மல் குமார் நுழைவாயிலுக்கே வந்து ஆல்டோவை வரவேற்றார். பொதுவாக அடுத்த தனிப்படைக்கு வழக்கு மாற்றப்படும்போது இப்படியான மரியாதை எல்லாம் கிடைக்காது. கல்லூரிக் கால "எக்ஸ்" அவரது இணையுடன் மகிழ்ச்சியாக இருப்பதைக் காணும் முகபாவம்தான் இருக்கும். இவருக்கு மேலிருந்து நேரடி ஆணை வந்திருக்கலாம், அல்லது தலைவலியாய் மாறியுள்ள இந்த வழக்கில் தன் தலையைக் கொடுத்து நம் தலையைக் காக்கும் தியாகி என ஆல்டோவை எண்ணியிருக்கலாம். நிர்மல் குமாரிடம் இருந்து மரியாதையான இடைவெளியை கடைபிடித்து மற்ற அனைவரும் நின்றிருந்தனர்.

"குரோம்பேட் ஜிஹச்க்கு மினிஸ்டர் வந்துட்டு போனார். அங்க போய்ட்டு இப்ப தான் உள்ள நுழையுறோம்" நிர்மல் இயல்பாக உரையாடலை ஆரம்பிக்க முயற்சித்தார்.

"இவ்ளோ சீக்கிரமாவா மினிஸ்டர் வந்தார்?"

"பி.எம் முடிஞ்ச உடனே பாடியை இங்கயே தகனம் பண்றாங்களாம். வீட்டுக்குக் கூட கொண்டு போகல. அதான்"

"விக்டிம் வீடு மதுரவாயல் தானே? ஏன் கொண்டு போகல?"

"பேய் அடிச்ச துர்மரணத்தை வீட்டுக்குக் கொண்டு போறது நல்லதில்ல" காக்கி உடைக்கு மேல் காவி

நிறத் துண்டு அணிந்து இரண்டு வாரத் தாடியுடன் இருந்த ஒருவர் பதில் அளித்தார். நெற்றியில் சந்தனப்பட்டை, நடுவில் குங்குமம். தாடியிலும் மீசையிலும் திட்டுத்திட்டாக வெள்ளை நரை. காவல் உடையிலும் ஒரு அலட்சியத்தன்மை. ஆல்டோ அவரை ஏற இறங்கப் பார்த்தான்.

"இவர் இன்ஸ்பெக்டர் ஜெகதீசன்." நிர்மல் அவசரமாக குறுக்கே வந்தார்.

மரியாதை கொடுப்பதைப் போன்றும், அதேநேரம் உன்னால் என்னை எதுவும் செய்ய முடியாது என்பதைப் போன்றதுமான உடல்மொழியில் கழுத்தைச் சிறிது குனிந்து வணக்கம் வைக்கும் பாவனை செய்தார் ஜெகதீசன்.

"நமக்கு கீழ ரெண்டு ஸ்டேசன் இருக்கு சார். எஸ் 5 பல்லாவரம், எஸ் 6 சங்கர் நகர். உங்களுக்கு என்ன உதவி வேணும்னாலும் தயங்காம கேளுங்க. தனி ரூம் அலாட் பண்ணச் சொல்லி கமிசனர் சொல்லிருக்கார். ஈவினிங் ரெடியாயிடும்." பேச்சை மாற்றினார் நிர்மல்.

"எங்க ஆஃபீஸ் எக்மோர்ல இருக்கு. ஒவ்வொரு தடவையும் அங்க போய்ட்டு வர்றதுக்குள்ளயே தாவு தீர்ந்திடும். இங்கயே டெம்ப்ரவரி ஆஃபீஸ் இருந்தாதான் நல்லது."

"மேன்பவர் எப்படி சார்? அல்ரெடி ஷார்டேஜ் தான் இங்க. இன்னும் சார்ஜ் ஷீட்டே நிறைய பெண்டிங்...." இழுத்தார்.

"திருநாவுக்கரசுன்னு எங்க டீம்லயே ஒரு எஸ்.ஐ இருக்கார். இங்க இந்த கேஸை விசாரிச்ச யாராவது ஒரு ஆள் எங்க டீம்க்கு வந்தா நல்லா இருக்கும்."

பேசிக்கொண்டிருந்த போதே ஆணையர் இராஜேந்திரனிடம் இருந்து அலைபேசி அழைப்பு வந்தது. இன்று காலை எழும்பூர் இயக்குநர் அலுவலகத்தில் இருந்து கிளம்பும் போதே நேராக பல்லாவரம் சென்று இப்போதே பணியை ஆரம்பிக்கச் சொல்லி அறிவுறுத்தியிருந்தார். இருந்தாலும், பழைய வழக்கு ஒன்றின் எழுத்துப்பணியை முடித்துவிட்டு வரலாம் என நினைத்திருந்தான்.

பிறகு ஏனோ முடிவை மாற்றி நேராக இங்கு வந்துவிட்டான். அந்த முடிவை மாற்றிய மனதிற்கு நன்றி சொல்லிக்கொண்டே அவரது அழைப்பை ஏற்றான்.

“ஏஸிபி நிர்மலை பார்த்துட்டீங்களா?”

“அவர் கூடத்தான் இருக்கேன் சார்.”

“ஏற்கனவே நான் நிர்மல்கிட்ட பேசிட்டேன். அங்கயே தனி ரூம், சிஸ்டம், நெட் கனெக்சன் எல்லாம் அரேஞ்ச் பண்ண சொல்லிருக்கேன்.“

“சொன்னார் சார். எல்லாம் ரெடி ஆகிட்டு இருக்கு.”

“என்ன உதவி வேணும்னாலும் எனக்கே டைரக்ட்டா கால் பண்ணிருங்க. அருள்மொழிக்கு பண்ணி அவர் என்கிட்ட சொல்லி டைம் வேஸ்ட் பண்ண வேண்டாம்.”

“ஓகே சார்”

“பி ரெஸ்பான்சிபிள் ஆல்டோ. இந்த கேஸோட சீரியஸ்னெஸ்ஸை மனசுல வச்சுக்கோங்க. காலையில் எந்திரிக்கும் போதே சீப் செக்கரட்டரி கால். இப்ப பத்து மணிக்கு சி.எம் மீட்டிங். மீடியா, பொலிட்டிகல் பார்ட்டீஸ்னு ஏகப்பட்ட பிரஷர். உங்களோட நான் ஒர்க் பண்றது இதான் பர்ஸ்ட் டைம். நல்ல இம்ப்ரஷன் கொடுங்க”

“நிச்சயமா என்னால முடிஞ்ச பெஸ்ட் செய்வேன் சார்”

ஆல்டோ அழைப்பைத் துண்டித்துவிட்டு மீண்டும் நிர்மல் குமாரின் அருகில் வந்தான்.

“இன்ஸ்பெக்டர் ஜெகதீசன் உங்களுக்கு ஹெல்ப் பண்ணுவார். இந்த கேஸஸ் எல்லாம் விசாரிச்சது அவர்தான். இன்னொரு விசயம், இவர் பிறந்தது வளர்ந்தது எல்லாமே பல்லாவரம். லோக்கல் அத்துப்படி.”

இவரை வைத்துக் கொண்டு இந்த வழக்கை நகர்த்த வேண்டுமா

என்பது போல் பார்த்தான் ஆல்டோ. ஜெகதீசனும் ஆர்வமில்லாமல் தலையாட்டினார்.

திருநாவுக்கரசை நேரடியாக இங்கு வரச் சொல்லியிருந்தான் ஆல்டோ. அவர் இன்னும் வந்து சேரவில்லை. அதுவரை வேறு சில வேலைகளைப் பார்க்கலாம். காலையில் இருந்து அலைந்தது பசியை ஏற்படுத்தியிருந்தது.

"ஜெகதீசன் சார் மஃப்டி டிரெஸ் வச்சிருக்கீங்களா? இருந்தா மாத்திட்டு வாங்க. சாப்பிட்டு வரலாம்."

காரில் செல்லும் போது கேட்டான்.

"மாலை போட்டுருக்கீங்க போல. இந்த ஏரியாவில் நல்ல வெஜ் ஹோட்டல் சொல்லுங்க. அங்க போலாம்."

"குரோம்பேட் பாலாஜி பவன் போலாம் சார்."

பல்லாவரம் ஆரச்சாலையும் பழைய பாண்ட்ஸ் தொழிற்சாலையும் சந்திக்கும் பாலத்தின் கீழாக பாலாஜி பவன் உணவகத்தை வந்தடைந்தனர்.

"எத்தனை வருசமா பல்லாவரத்தில் இருக்கீங்க?"

"பொறந்ததுல இருந்தே இங்கதான் சார். இந்த பாலம் கட்டுறதுக்கு முன்னாடி, பொட்டல் காடா கிடக்கும். அங்க தான் கிரிக்கெட் விளையாடுவோம். அந்த ரேடியல் ரோடுலாம் ஏரிக்கரை சுடுகாடு. பொணம் எரியும்"

"பரவால்லயே லோக்கல்ல போஸ்டிங் வாங்கிட்டீங்க"

"நார்த் மெட்ராஸ் எக்ஸ் எம்பி கஜேந்திர பாபு தெரியுமா சார்? அவர் நம்ம பெரியப்பா தான். அவர் சொல்லிதான் கிடைச்சது. இப்ப மாவட்டச் செயலாளரா இருக்கார். சர்வீஸ்ல சேர்ந்ததுல இருந்து இந்த ஏரியா தான் போஸ்டிங்."

*****

### தகவல் அடுக்கு

ஒருவர் பாதியில் நிறுத்திய சமையலை, மற்றொருவரைச் செய்யச் சொன்னால், அதைத் தொடர்வது கடினமான செயல். துவக்கத்தில் இருந்து ஒருவரே சமைப்பதை விட வெகு கடினமானது அது. என்னென்ன இடுபொருட்கள் சேர்த்துள்ளனர், எத்தனை அளவில் சேர்த்துள்ளனர், எவ்வளவு நேரம் ஊற வைத்துள்ளனர், எவ்வளவு நேரம் கொதிக்க வைத்துள்ளனர் என ஆயிரத்தெட்டு விவரங்களைத் துல்லியமாகக் கேட்டறிந்து அதற்கு ஏற்றார்போல அடுத்துத் திட்டமிட்டு, அவர் வழக்கமாகச் சமைக்கும் சமையல் முறையை மாற்றி அமைத்து சிரமப்பட்டு முடிக்க வேண்டும். இல்லையெனில் இறுதி முடிவு பல் இளித்துவிடும். அதைப் போன்றுதான் வழக்கு விசாரணையும். பாதியில் இருந்து தொடர்வது என்பது எரிச்சலூட்டும் விசயம். முதலில் வழக்கு என்ன, இதுவரை என்னென்ன ஆதாரங்கள் கிடைத்துள்ளன, விசாரணையில் கிடைத்த தகவல் என்னென்ன, எந்தெந்த கோணங்களில் விசாரிக்கப்பட்டுள்ளது, விசாரிக்காத கோணம் எது, என ஆயிரத்தெட்டு தகவல்களைச் சேகரிக்க வேண்டும். அப்போதுதான் கொஞ்சமேனும் வழக்கு பிடிபடும்.

ஒரு வழக்கிற்கே அப்படி என்றால் ஆல்டோவின் மேசையின் மீது 13 வழக்குகளின் கோப்புகள் இருந்தன. இந்த வழக்குகளை விசாரிக்கச் சொல்லி ஒரே ஒரு A4 தாளில் அரசின் உத்தரவு வந்தது. அந்த ஒரு தாள், கட்டுக்கட்டாக இத்தனை கோப்புகளை இழுத்து வந்துவிட்டது. நேற்று இரவு நடந்த 13வது விபத்தின் கோப்பில் முதல் தகவல் அறிக்கை மட்டும் இருந்தது. மற்ற வழக்குகளின் கோப்புகள் கத்தை கத்தையாக

இருந்தன. சில கோப்புகள் ஐந்நூறு, ஆயிரம் பக்கங்கள் கூட நீண்டன. ஒவ்வொரு கோப்பையும் தனித்தனியே படிக்க வேண்டும். தனித்தனியே உள்வாங்க வேண்டும். தனித்தனியே சிந்திக்க வேண்டும். பின்னர் அனைத்தையும் ஒன்றிணைத்து ஒட்டுமொத்த சித்திரத்தை உருவாக்க வேண்டும்.

சாத்தூர், கோவில்பட்டி பகுதிகளில் தீப்பெட்டி தயாரிக்கும் தொழில் பிரசித்தம். பெண்கள் வீட்டில் இருந்தபடியே குடிசைத் தொழிலாகச் செய்வார்கள். தீக்குச்சிகள் மலை போல் குவிக்கப்பட்டிருக்கும். அவற்றைச் சல்லடை வைத்துச் சலித்து வரிசையாகத் தீப்பெட்டிகளில் அடுக்கி, அந்தத் தீப்பெட்டிகளை பண்டல்களாக்கி அவற்றைப் பெரிய பெட்டிகளாக நேர்த்தியாக அடுக்குவார்கள். வயது வித்தியாசம் இன்றி பல பெண்கள் கதையடித்துக் கொண்டும் சிரித்துக் கொண்டும் நாள் முழுக்க செய்வார்கள். இந்தக் கோப்புகளைக் காணும் போது ஆல்டோவிற்கு குவித்து வைக்கப்பட்ட தீக்குச்சிகளைப் போல் இருந்தது. இதில் இருக்கும் ஒவ்வொரு தகவலையும் ஒவ்வொரு தீக்குச்சியாக மூளையின் அக அடுக்குகளில் அடுக்கியாக வேண்டும். ஆல்டோ முதல் தீக்குச்சியை எடுத்தான் - “சத்யா- தேவி விபத்து”.

அந்த வழக்கின் சில பக்கங்களைப் படிப்பதற்குள், பைக்கர் தருண் விபத்தை விசாரிக்கச் சென்றிருந்த திருநாவுக்கரசு நுழைந்தார்.

“தருண் பிறந்தது வளர்ந்தது எல்லாமே சென்னை தான். த்ரீ மில்லியன் ஃபாலோயர்ஸ் வச்சுருக்க ஃபேமஸ் யூடியூபர். அப்பா பேங்க் எம்ப்ளாயி, அம்மா ஹவுஸ் ஓயிஃப். மதுரவாயல்ல சொந்த வீடு”

“என்ன படிச்சிருக்கான்? முழுநேர யூடியூபரா?”

“காலேஜ் முடிச்சு 4 வருசம் ஆகுது. சொல்லிக்கிற மாதிரி வேலை எதுவும் இல்லை. கொஞ்ச நாள் ஒரு பேங்க்ல கலெக்சன் ஏஜண்ட்டா வேலை பார்த்திருக்கான். ரெண்டு மூனு வருசமா யூடியூப் சேனல் நடத்துறான். பைக்ல ஊர் ஊரா போய் வீடியோ போடுறதுதான் முழுநேர வேலை.”

“டிரிங்ஸ், டிரக்ஸ்?”

"டிரக் அப்யூஸ் மாதிரி தெரியல. ஆனா எப்பவாது டிரிங்ஸ் பண்ணுவான்னு ஃபிரெண்ட்ஸ் சொல்றாங்க. ஆனா நேத்து பாடியில அல்கஹால் இல்லன்னு பி.எம் பண்ணுன டாக்டர் சொன்னார்."

"பேரண்ட்ஸ் கிட்ட பேசுனீங்களா? என்ன சொல்றாங்க?"

"மொத்த குடும்பமும் ஆவி அடிச்சிருச்சிருச்சுன்னு உறுதியா நம்புறாங்க சார்"

"ஏன்? பையன் இறப்புல அவங்களுக்கு சந்தேகம் இல்லையா?"

"அவன் வீட்டுக்குச் செல்லப்பிள்ளையாம். 14 வயசில் இருந்து பைக் ஓட்டுறானாம். இந்தியா முழுக்க பைக்லயே சுத்திருக்கானாம். எங்கயுமே ஒரு சின்ன ஆக்ஸிடெண்ட் கூட நடந்தது இல்லையாம். நேத்து நடந்த ஆக்ஸிடெண்ட் வீடியோ பார்த்து மிரண்டு போய் கிடக்காங்க."

★★★★★

## விபத்துச்சரம்

ஆல்டோவின் அறைக்குள் ஒரு மாணவனை அழைத்துக் கொண்டு திருநாவுக்கரசு நுழைந்தார்.

"மெட்ராஸ் யுனிவர்சிட்டியில் இருந்து இண்டர்ன் ஸ்டூடன்ட் அசோக் வந்திருக்கார் சார்."

சென்னைப் பல்கலைக்கழக துணைவேந்தர், இயக்குநர் அருள்மொழியிடம் பேசி கிரிமினாலஜியில் முனைவர் பட்டம் பெறும் ஒரு மாணவனுக்கு ஆல்டோவிடம் சிறப்புப் பயிற்சி பெற ஏற்பாடு செய்திருந்தார். ஆல்டோ பொதுவாக இத்தகைய செயல்களை விரும்பமாட்டான், ஊக்குவிக்கமாட்டான். ஆனால் அருள்மொழி கூறிவிட்டாரே எனச் சம்மதித்தான். பிறகு அசோக் உடன் நேரில் பழகியதும், அவரது துடிப்பும் ஆர்வமும் ஆல்டோவை ஈர்த்தன. எனவே தான் எடுத்திருந்த குறிப்புகளில் ஒரு பிரதியைக் கொடுத்தான்.

"இதுல 13 ஆக்ஸிடெண்ட்ஸ் டிடெயில்ஸ் இருக்கு. இந்த ஆக்ஸிடெண்ட்ஸ்ல இருக்க ஒற்றுமை, வேற்றுமை, விக்டிம் புரோபைல், இன்சிடெண்ட் புரோபைல் ரெடி பண்ணுங்க. இது தான் உங்க முதல் அசைன்மெண்ட். நெக்ஸ்ட் வீக் நீங்க பிரசண்ட் பண்ணனும்."

அசோக் சென்ற பின் தான் எடுத்த குறிப்புகளை மீண்டும் ஒருமுறை வாசித்துப் பார்த்தான். சரியாக இரண்டு வருடங்களுக்கு முன்னர் ஆரம்பித்திருந்தன இந்தத் தொடர் விபத்துகள். முதல் விபத்து சத்யா-தேவி விபத்து. தேவி எனும் பெண், சத்யா எனும் ஆண் நண்பருடன் வெள்ளிக்கிழமை இரவுக்

கொண்டாட்டத்திற்கு மாமல்லபுரம் சென்றுவிட்டுத் திரும்பும் போது ஆரச்சாலையில் இருசக்கர வாகனத்தில் இருந்து தவறி விழுந்து பலியாகிய விபத்து. மிகுந்த அதிர்வலைகளை ஏற்படுத்திப் பரவலாக விவாதிக்கப்பட்ட வழக்கு அது. வாரமிரு முறை வெளியாகும் புலனாய்வுப் பத்திரிகைகளின் அட்டைப்படக் கட்டுரையாகப் பல வாரங்கள் நீடித்தது. அது விபத்தில்லை என்றும், கொலை என்றும் பல கான்ஸ்பைரசி காணொளிகள் வெளியாகின. விபத்தின் போது தேவியின் மொபைல் போன் காணாமல் போனது பல சந்தேகங்களைக் கிளப்பியது. அவரது உற்ற தோழி ஒருவர், தேவிக்குக் கொலை மிரட்டல் வந்ததாகத் தெரிவித்த ஆடியோ வைரல் ஆனது. பழைய மாமல்லபுரம் சாலையில் அடையாளம் தெரியாத கருப்பு நிற வாகனம் அவர்களது இரு சக்கர வாகனத்தை பின் தொடர்ந்து வந்த சிசிடிவி காட்சி வெளியாகிப் பரபரப்பானது. கிட்டத்தட்ட இரண்டு மாதங்கள் தலைப்புச் செய்திகளில் இடம் பெற்றிருந்த அந்த விபத்து அதன்பின் வழக்கம் போலச் சிறிது சிறிதாக மக்களால் மறக்கப்பட்டது.

அடுத்த விபத்து ஒரு கல்லூரி மாணவர், இரவு உணவு வாங்கச் சென்றவர் திரும்பி வரும்போது இருசக்கர வாகனத்தில் இருந்து தவறி விழுந்து பலி. அந்த மாணவரின் தந்தை கண்ணீருடன் கொடுத்த பேட்டி வைரல் ஆனது.

அடுத்த விபத்து ஒரு இளைஞன். அவனது நண்பர்களுடன் பைக் ரேஸில் ஈடுபட்ட போது தவறி விழுந்து இறப்பு. இப்படித் தொடர் விபத்துகள் நடக்க ஆரம்பித்த பிறகு ஆரச்சாலையில் கண்காணிப்பு கேமராக்கள் பொருத்தப்பட்டன. இரவுக் காவல் பலப்படுத்தப்பட்டது. இருந்தும் பலனில்லை. இருசக்கர வாகனத்தில் வந்து சரியாக அந்த அமானுஷ்ய இடத்தை அடைந்து தவறி விழுந்து இறந்து போகும் காட்சிகள் மட்டும் கேமராவில் பதிவாகிக் கொண்டே இருந்தன, ஆனால் விபத்துகள் நிற்கவில்லை. ஒன்றுக்குப் பின் ஒன்றாக இரண்டு வருடங்களில் 13 விபத்துகள். முதல் விபத்தில் மட்டும் இருவர் பலி. மற்ற அனைத்திலும் ஒவ்வொருவர். மொத்தம் 14 பேரைப் பலி கொண்டுள்ளது அந்த இடம். ஆல்டோ கணினியில் விபத்துக் காட்சிகளை ஓட விட்டான். முளைப்பாரி விதைகளில் இருந்து சிறு நாற்றுகள் ஒரே மாதிரி எழுந்து வருவதைப் போல அனைத்து காணொளிகளும் ஒரே மாதிரி இருந்தன.

இரவில் தனியாக, வேகமாக ஒரு இருசக்கர வாகனம் வருகிறது, சரியாக அந்த இடத்தில் வரும் போது திடீரென குலுங்கி, நிலை தடுமாறி வந்த வேகத்தில் கீழே விழுகிறது. வாகனத்தை ஓடி வந்த நபர் தூக்கி வீசப்படுகிறார். பத்து விபத்துகளுக்கான சிசிடிவி காட்சிகளை மீண்டும் மீண்டும் கண்டான். அனைத்துக் காணொளிகளிலும் சொல்லி வைத்தாற்போல இதே நிகழ்வு.

ஆல்டோ சிறுவயதாக இருந்தபோது அவனது வீட்டிற்கு அருகே ஒரு தேவாலயம் இருந்தது. அந்த தேவாலயத்தின் சுற்றுச்சுவர்களில் விவிலிய வசனங்கள் எழுதப்பட்டிருக்கும். விவிலியம் எனும் வார்த்தையை ஆல்டோ பயன்படுத்தும் போதெல்லாம் அவன் சிந்தனையில் வங்காளிகள் நுழைவார்கள். ‘வ’ எனும் எழுத்தை ‘ப’ என வங்காளிகள் உச்சரிப்பதை ஆல்டோ பலமுறை கேட்டுள்ளான். வெஜிடபிள் என்பதை பெஜிடபிள் என்றும் வினய் எனும் நபரை பினய் என்றும் வங்க நண்பர்கள் உச்சரிப்பார்கள். ஸ்பானிஷில் கூட வ’வை ப என உச்சரிக்கும் பழக்கம் உண்டு எனக் கேள்விப்பட்டிருக்கிறான். அதற்கு எதிர்மாறாக ப எனும் எழுத்தை வ என்று உச்சரிப்பது தமிழர்களுக்குப் பழகிவிட்டது. பங்களாதேஷ் நமக்கு வங்காளதேசம். பெங்காளிகள் நமக்கு வங்காளிகள். அதேபோல பைபிள் —> பைபிலியம் -> வைவிலியம் -> விவிலியம். தமிழரின் பராம்பரியப்படி பைபிளை விவிலியம் என்றே அந்த தேவாலயத்தில் அனைவரும் அழைத்தனர். அந்த தேவாலய சுற்றுச்சுவரில் எழுதப்பட்ட விவிலிய வசனங்களின் எழுத்துகள் ஒரே அளவில் சீராக இருக்கும். எப்படி ஒருவர் பிசகு இல்லாமல் ஒரே மாதிரி இத்தனை எழுத்துகளையும் சுவரில் எழுதுகிறார் என விபரம் தெரியாத சிறுவயதில் ஆல்டோ யோசிப்பான். அவன் ‘அ’ எழுதினால் கூட ஒவ்வொரு முறையும் ஒவ்வொரு வடிவில் வருகிறது. அந்த ரகசியத்தைக் கண்டறிய நீண்ட நாட்கள் காத்துக் கிடந்தான். ஒருநாள் தேவாலயப் பணியாளர் ஒருவர் எழுத்துகளின் வடிவில் கத்தரித்து எடுக்கப்பட்ட பிளாஸ்டிக் துணியைச் சுவரின் மீது வைத்து அதன் மேல் வர்ணம் பூசும்போது ஒரே மாதிரியான எழுத்துகள் உருவாவதைக் கண்டுகொண்டான். பின்னர் கால ஓட்டத்தில் அதுபோன்ற அச்சுப் பதிக்கும் பல தொழில்நுட்பங்களையும் கண்டான்.

அந்த தேவாலய எழுத்துகளைப் போல இந்த விபத்துக் காணொளிகளும் ஒரே அச்சில் வார்க்கப்பட்ட மாதிரி இருந்தன.

இந்த விபத்துகளை உருவாக்கும் அச்சு எது?

சிந்தனையுடன் எழுந்து கருத்தரங்க அறைக்குச் சென்றான்.

தனது மடிக்கணினியுடன் திரை உமிழ்ப்பானை இணைத்தவுடன் இருள் சூழ்ந்த கருத்தரங்க அறையின் முகப்பில் இருந்த வெண்திரையிலிருந்து மங்கிய வெளிச்சம் புகை போல் அறை முழுவதும் பரவியது. அத்திரையில் ஏழேழு புகைப்படங்களாக இரண்டு வரிசைகளில் பதினான்கு புகைப்படங்கள் தெரிந்தன. சிறிது நேரத்தில் இயக்குநர் அருள்மொழி வந்தார். அவருடன் திருநாவுக்கரசு, ஜெகதீசன் மற்றும் பல காவல்துறையினர் வந்தனர். சீருடைத் தொழிற்படி அடுக்குநிலையின் உள்ளார்ந்த அமைதி அங்கு நிலவியது.

“இதுவரை நாம் பார்த்த வழக்குகள்லயே வித்தியாசமான வழக்கு இந்த ஆரச்சாலை விபத்துகள். தனித்தனியாகப் பார்த்தால் ரொம்ப சாதாரணமாகவும், அதேசமயம் மொத்தமாகச் சேர்த்துப் பார்த்தால் ரொம்பக் கொடூரமாகவும் தெரிகிற விபத்துகள்.”

ஆல்டோவின் குரலைத்தவிர வேறு சத்தம் அங்கு எழவில்லை.

“ரேடியல் சாலையில் கடைசியா நடந்த தருண் விபத்தோட சேர்த்து மொத்தம் பதிமூனு விபத்துகள். பதினாலு பேர் இறந்திருக்காங்க. எல்லாமே ஒரே சாலையில் ஒரே இடத்தில் நடந்திருக்கு. இந்த தொடர் விபத்துகளின் முதல் விபத்து இன்னையில இருந்து தோராயமா இரண்டு வருசம் முன்ன ஆரம்பிச்சது. அந்த விபத்தில் ரெண்டு பேர் விக்டிம்ஸ். அதுக்குப் பிறகு மூனுமாசம் எந்த விபத்தும் நடக்கல. அடுத்து ரெண்டாவது விபத்து, ஒரு காலேஜ் பையன் டெத். அடுத்து ஒரே மாசத்தில் மூனாவது விபத்து, அதுக்குப் பிறகு கொஞ்சம் கேப். அடுத்து ஒரு விபத்து, இப்படியே தருண் விபத்து வரை தொடர்ச்சியா விபத்துகள் நடந்துட்டே இருக்கு.”

“ஒரே இடத்தில், ஒரே மாதிரி பதிமூனு ஆக்ஸிடெண்ட்ஸ். அதுவும் ரெண்டு வருசத்துக்குள்ள. இதுக்கு ஒரு விளக்கம் கொடுக்க முடியும்னா என்ன விளக்கம் கொடுப்பீங்க கார்த்திக்?” அருள்மொழி கேட்டார்.

“இம்பாசிபிள் டு எக்ஸ்ப்ளெய்ன்.... ஹவ் டு எக்ஸ்ப்ளெய்ன்....”

இருள் சூழ்ந்த அறையில் இருந்து குரல் அடையாளம் தெரியாத வண்ணம் மென்மையான முணுமுணுப்புகள் மட்டும் எழுந்தன.

"ஒரு விளக்கம் இல்ல சார், மூனு விளக்கம் கொடுக்கலாம்"

அனைவரின் ஆச்சரியப் பார்வைகளும் ஆல்டோ மீது குவிந்தன. என்ன விளக்கம் கூறப்போகிறான் எனும் ஆர்வம் அவற்றில் தெரிந்தது.

*****

## எதேச்சையின் அளவு

“இந்தப் பிரச்சனையை நான் அறிவியல் ரீதியா அணுக விரும்புறேன். ஒரு இடத்தில் தொடர்ச்சியா விபத்து நடக்குதுன்னா அந்த இடத்தில் ஏதாவது காரணம் இருக்கனும். உதாரணமா தர்மபுரி தொப்பூர் சாலையில் நிறைய விபத்துகள் நடந்திருக்கு. அதேமாதிரி தமிழ்நாட்டில் நிறைய இடங்களை “விபத்துப் பகுதி”னு நம்ம டிப்பார்ட்மெண்ட்லயே வகைப்படுத்தியிருக்கோம். ஆனா அதுக்கு ஏதாவது ஒரு காரணம் இருக்கும். உதாரணமா குறுகலா வளைஞ்சு போற கணவாய் சாலை, நான்கு ரோடு சந்திக்கிற இடம், நல்ல விசிபிலிட்டி இல்லாத சாலைகள், பாதசாரிகள் ரோட்டை கிராஸ் பண்ற இடம், திடீர்ன்னு குறுக்க விலங்குகள் வர்ற இடம், மலைப்பாதை, பேரிகார்டு, ஸ்பீட் பிரேக்கர்ஸ் இப்படி ஏதாவது ஒரு காரணம் இருக்கும்.”

“ஆனா இந்த இடத்தில் எந்த ஒரு காரணமும் இல்லயே. ஏற்கனவே நிறைய இஞ்சினியர்ஸ் வந்து அனாலிசிஸ் பண்ணிட்டாங்க. ஜஸ்ட் அது ஒரு ஸ்ட்ரெயிட் ரோடு..” அருள்மொழி கூறினார்.

“ஆமா சார். எந்தத் தடங்கலும் இல்லாம, நேராக இருக்க ஒரு சாலையில் இந்த விபத்து எல்லாம் நடக்குது.”

திரையில் சில விபத்து காணொளிகளை ஓடவிட்டான்.

“தொடர்ச்சியா விபத்து நடக்க ஆரம்பிச்ச உடனே அங்க சிசிடிவி இன்ஸ்டால் பண்ணிருக்காங்க. அந்த வீடியோஸ் தான் இது”

விபத்துக் காணொளிகள் ஒளிபரப்பாகி முடிந்தன.

“பொதுவா ஒரு விபத்து நடந்தா, இன்னொரு வாகனத்தோட மோதி விபத்து, குறுக்க வந்த பெடஸ்டிரியனோட மோதி விபத்து, இல்லன்னா நாய் மேல மோதி விபத்து இப்படி ஏதாவது ஒரு காரணம் இருக்கும்.”

“ஆனா இங்க எந்த காரணமும் இல்லயே. ஆக்ஸிடெண்ட் வீடியோ பார்த்தால், ரோட்ல நல்லா வந்திட்டு இருக்க பைக் தன்னால தடுமாறி விழுகுது. ஒரு பைக் அப்படி விழுந்தா பரவாயில்ல, எல்லா பைக்கும் ஏன் விழுகுது?” அருள்மொழி கேட்டார்.

“இதுக்கு என்னால மூனு விளக்கம் சொல்ல முடியும் சார்.”

திரையை மாற்றினான். அடுத்த ஸ்லைடில் மூன்று கருதுகோள்கள் எழுதப்பட்டிருந்தன.

1. எதேச்சையா நடப்பது
2. அமானுஷ்யமாக நடப்பது
3. செயற்கையாக நடப்பது

“ப்ளீஸ் எக்ஸ்ப்ளெய்ன் தீஸ் த்ரீ...”

“முதல்ல எதேச்சையா நடக்குதுங்கிற வாய்ப்பு. Probability of random events. எதேச்சையான நிகழ்வுகளின் நிகழ்தகவு அப்படின்னு ஒரு கணக்கீடு இருக்கு. உதாரணமா ஒரு காயினை சுண்டி விடுறோம், அதுல தலை விழுகுறதுக்கான நிகழ்தகவு இரண்டில் ஒன்று. அதாவது மொத்தம் இரண்டு தடவை நம்ம அந்த காயினை சுண்டுனா ஒரு தடவை தலை விழுக வாய்ப்பு இருக்கு. அதே மாதிரி 13 விபத்துகள் அந்த சாலையில் 10 மீட்டர் தூரத்துக்குள்ள நடக்கனும்னா, 4.5 கிலோமீட்டர் இருக்க மொத்த சாலையிலும் 5850 விபத்துகள் இந்த இரண்டு வருசத்தில் நடந்திருக்கனும். ஆனா இந்த 13 விபத்துகளைத் தவிர்த்து உயிர் பலி ஏற்படுற அளவு பெரிய விபத்து ரேடியல் ரோடுல நடக்கவே இல்ல. 5850 விபத்து நடந்தா ஏற்பட வேண்டிய ஒரு சீக்வென்ஸ், ஒரு தொடர் நிகழ்வு, ஒரு வரிசை, ஸீரோ சீக்வென்ஸில் நடந்துருக்கு. அதாவது 5850வது தடவை டாஸ் போட்டா கிடைக்கிற ரிசல்ட் முதல்தடவையே கிடைச்சிருக்கு.

இது நடக்க *0.017094%* வாய்ப்பு தான் இருக்கு. ரிவர்ஸ்ல சொன்னா **99.982906%** இது எதேச்சையா நடக்க வாய்ப்பே இல்ல."

"நீங்க கணக்கு, புள்ளிவிவரம் எல்லாம் வச்சு ஆழமா யோசிச்சு சொல்றீங்க. மேலோட்டமா பார்த்தாலே 13 ஆக்ஸிடெண்ட் ஒரே இடத்தில் நடக்காது அப்படின்னு காமன் மேனுக்கே புரியுது. அதனாலதான் இத்தனை பயம், இத்தனை புரளி, இத்தனை கதைகள் அந்த இடத்தைச் சுத்தி இருக்கு. அடுத்த ஆப்சன்?"

"அமானுஷ்யம். இந்த ஆப்சன் ரொம்ப ஈஸியா ஏத்துக்கவும் செய்யலாம், ரொம்ப ஈஸியா இல்லைன்னும் சொல்லலாம். இந்த பிரபஞ்சத்தில் நடக்கும் எல்லா செயலையும் இயற்கையின் விதி கொண்டு விளக்கிவிடலாம், அதற்கு கடவுள் தேவையில்லை - இப்படிச் சொன்னவர் ஸ்டீபன் ஹாக்கிங்ஸ். புகழ்பெற்ற தியரிடிக்கல் பிஸிசிஸ்ட். இயற்கை விதிக்கு எதிரா நடந்தா தான் அது அமானுஷ்யம். ஆனா அப்படி ஒன்னு இல்லவே இல்லைன்னு சொல்றார் உலகத்தின் தலை சிறந்த விஞ்ஞானி. நம்மளும் இதுவரை எந்த அமானுஷ்யத்தையும் நிரூபணப் பூர்வமா கண்டது இல்ல. பல நூறு வருசமா சபரிமலையில் மகரஜோதி அமானுஷ்யமா எரியுதுன்னு சொன்னது கூட சமீபகாலமா இல்லைன்னு தெரிஞ்சிருச்சு. அதுவுமே இயற்கை விதிகளுக்கு உட்பட்டு எரியவைக்கப்படுறது தான். அதனால இந்த விபத்துகளுக்குப் பின்னாடி அமானுஷ்யம் என்கிற ஆப்சனும் இருக்க முடியாது."

*****

## மூன்றாவது காரணம்

"மூனாவது?"

"செயற்கை. அதாவது யாரோ திட்டம் போட்டு செயற்கையா உருவாக்குறாங்க. முதல் ரெண்டு ஆப்சனும் இல்லை எனும் போது, மூனாவது ஆப்சன் தான் உண்மையா இருக்க முடியும். யாரோ, எதுக்காகவோ, எப்படியோ இந்த விபத்துகளைத் திட்டம் போட்டு செய்யுறாங்க. இதான் என்னோட லாஜிக்கல் முடிவு."

"இவ்வளவு மர்மமா, இவ்வளவு தெளிவா, இத்தனை ஆக்ஸிடெண்ட்ஸை வெற்றிகரமா யாரோ வேணும்னே திட்டம் போட்டு பண்றாங்கன்னு சொல்றீங்களா?"

"இந்த ஆக்ஸிடென்ஸ்க்கு நான் சொன்ன மூனு ரீசன்ஸ் மட்டும் தான் காரணமா இருக்க முடியும் சார். இதைத்தாண்டி வேற நாலாவது ஒரு காரணம் கிடையாது. இந்த மூனுல எதுக்கு வாய்ப்பதிகம்ன்னு பார்த்தால் மூனாவதுக்கு தான். Common sequences are more common than uncommon sequences. இப்போதைக்கு இதைத் தவிர நமக்கு வேற ஆப்சன் இல்லை."

ஜெகதீசன் கையை உயர்த்தினார். அருள்மொழி திரும்பி ஜெகதீசனைப் பார்த்தார்.

"என்ன ஜெகதீசன் நீங்க நாலாவது ரீசன் சொல்லப் போறீங்களா?"

“இல்ல சார். ஆனா ஆல்டோ சார் சொன்னதுல சில அப்ஜக்ஷன்ஸ். இப்ப நம்ம பேசுற இந்த வழக்குகளை நான்தான் விசாரிச்சேன். அந்த அடிப்படையில் சில விசயங்கள் சொல்லனும்.”

சொல்லுங்க என்பது போலப் பார்த்தார் அருள்மொழி.

“முதல்ல வழக்கு விசாரணையில் பெர்சனல் உணர்ச்சிகளைக் கொண்டுவரக்கூடாது. ஒருத்தருக்கு கடவுள் நம்பிக்கை, பேய் -ஆவி நம்பிக்கை இருக்கலாம், இல்லாமலும் இருக்கலாம். ஆனா அது தனிப்பட்ட நம்பிக்கை. அதை வழக்கு விசாரணையில் திணிக்கக் கூடாது. உலகம் முழுக்கவே அமானுஷ்ய மரணங்கள் விபத்துகள், அன்சால்வ்ட் கேஸஸ் பத்தி ஒரு பெரிய லிஸ்ட்டே இருக்கு. Mamie Thurman 22 Mine Road, A75 Kinmont Straight Scotland, Dead Man's Curve Ohio, E8 Expressway Malaysia இப்படி நிறைய சாலைகள் உலகம் முழுக்கவே இருக்கு. இந்தியால கூட ராஜஸ்தான் பங்கர் கோட்டைன்னு ஒன்னு இருக்கு. இண்டர்நெட்ல அன்சால்வ்ட் மிஸ்டரிஸ்ன்னு தேடிப்பார்த்தால் அவ்ளோ விசயம் இருக்கு.”

யாரோ எழுதிக்கொடுத்ததைப் போல் ஜெகதீசன் இவ்வாறு பேசுவது ஆல்டோவிற்கு ஆச்சரியத்தை அளித்தது, சிறிதளவு கோபத்தையும் தூண்டியது.

“பேய் இருக்குன்னு அறிவியலுக்கு எதிரா நம்புறதுதான் தனிப்பட்ட நம்பிக்கை. அதை கேஸ்ல கொண்டு வர்றதுதான் பெரிய தப்பு. இவர் சொல்ற எல்லா கேஸூம் 50 வருசம், 100 வருசம் முன்னாடி நடந்த கதைகள். அப்ப அன்சால்வ்ட். இன்னைக்கு செல்போன், கேமரா, இண்டர்நெட் எல்லாம் வந்த பிறகு பேய் ஓடி ஒளிஞ்சிருச்சு.”

“உங்ககிட்ட இப்ப செல்போனும், கேமராவும் இருக்குல்ல? எப்படி இந்த ஆக்ஸிடெண்ட்ஸ் நடந்துச்சுன்னு எக்ஸ்ப்ளெய்ன் பண்ணுங்க. முடியாதுல?”

“இன்னைக்கு சப்பையா தெரியுற பல விசயங்களும் ஒரு காலத்தில் எக்ஸ்ப்ளெய்ன் பண்ண முடியாம அமானுஷ்யமா இருந்தவைதான்”

அருள்மொழி இருக்கையில் இருந்து எழுந்தார். ஆல்டோவும் ஜெகதீசனும் அடுத்த நொடி அமைதியாகினர்.

"ஜெகதீசன், நீங்க ரெண்டு வருசமா இந்த கேஸ் எல்லாம் விசாரிச்சு இருக்கீங்க. ஆனா உங்களால இதோட காரணத்தை கண்டுபிடிக்க முடியலன்னுதான் இப்ப எங்க டிவிசனுக்கு வந்துருக்கு. இந்த முறை கேஸ் எங்க விருப்பம். கைண்ட்லி கோஆபரேட் வித் அஸ்"

ஆல்டோவின் பக்கம் திரும்பினார்.

"கார்த்திக், உங்க பாயிண்ட் கரெக்ட்டுன்னு வச்சுக்குவோம். எதுக்கு இந்த விபத்து எல்லாம் செயற்கையா உருவாக்கனும்? அதனால என்ன பலன்?"

"என்ன பலன்- வேற மாதிரி சொல்லனும்னா மோட்டிவ் என்ன? அதைத்தான் அடிப்படையா வச்சு விசாரிக்கனும். இந்த கேஸ்ல ரெண்டு விசயம் ரொம்ப முக்கியம் சார். 1. நோக்கம் - மோடிவ். எதனால இதை செய்றாங்க, யாருக்கும் பலன் இருக்கா, இல்லை சீரியல் கில்லர் மாதிரி சைகோபாத் செய்யுற கொலையான்னு கண்டுபிடிக்கனும்."

"ரெண்டாவது?"

"மோடஸ் ஓபரண்டி - குற்றம் எப்படி செய்யப்படுதுன்னு கண்டுபிடிக்கனும். இது ரெண்டுல எதை கண்டுபிடிச்சாலும் இதுக்கு பின்னாடி இருக்க குற்றவாளியை ஈஸியா நெருங்கிடலாம். ஆனா சிக்கலான முடிச்சு மாதிரி ரெண்டுமே ஒன்னுக்குள்ள ஒன்னா லாக் ஆகி இருக்கு."

*****

## சந்திரா பேரங்காடி

"சார் உங்களைப் பார்க்க, சந்திரா ஸ்டோர் மேனேஜர் வந்திருக்கார். வரச் சொல்லவா?" ஆல்டோவிடம் ஒரு கான்ஸ்டபிள் வந்து கேட்டார்.

சந்திரா ஸ்டோர், குண்டூசி முதல் நவீன கணிப்பொறி வரை ஒரே இடத்தில் விற்கும் பேரங்காடிகளின் வரிசையில் முதன்மையில் இருக்கும் கடை. சென்னை தியாகராய நகரின் அடையாளமாக விளங்கிய அந்த பேரங்காடிகள் இன்று சென்னையின் பல பகுதிகளிலும் கிளை பரப்பி விரிந்துள்ளன. இரண்டரை வயது சிறுகுழந்தை தொட்டு, வயதானவர் வரை இணைய வர்த்தகம் ஊடுருவியுள்ள இந்த நேரத்திலும் தனக்கென ஒரு வாடிக்கையாளர் திரளை சேர்த்து வைத்திருக்கும் சந்திரா ஸ்டோர் அங்காடிகளில் விடுமுறை தினங்களன்று உள் நுழைவதே சிரமம். அவர்களின் கேண்டின் வியாபாரம் மட்டுமே நகரின் பல முன்னணி உணவகங்களை விட அதிகம் எனும் போது ஆடை தொடங்கி மற்ற வியாபாரங்களின் மதிப்பை உணர்ந்து கொள்ளலாம்.

ஆனால் சந்திரா ஸ்டோர் மேலாளர் எதற்குத் தன்னைச் சந்திக்க வந்துள்ளார் என்பது ஆல்டோவிற்கு குழப்பமாக இருந்தது. இதுபோன்ற வணிக நிறுவன மேலாளர்கள் பொதுவாக உள்ளூர் சட்டம் ஒழுங்கு காவல்துறை அதிகாரிகளைத்தான் சந்திக்கச் செல்வார்கள், சில நேரம் போக்குவரத்து போலிசார். பணியில்

சேர்ந்ததில் இருந்தே குற்றத்தடுப்பு தனிப்படையில் இருந்ததால் இதுபோன்ற சந்திப்புகள் ஆல்டோவிற்கு வாய்த்தது இல்லை.

ஒருவேளை புதிதாக இந்தப் பகுதிக்கு வந்துள்ள அதிகாரி என நினைத்துக் கொண்டாரோ! அப்படி இருக்கத்தான் வாய்ப்பு அதிகம்.

"வரச் சொல்லுங்க".

பலநூறு கோடி மதிப்புள்ள வணிக நிறுவனத்தின் பொதுமேலாளர் கோட்சூட் அணிந்து கார்ப்பரேட் உடையில் இருப்பார் எதிர்பார்த்தான். அவரோ வெள்ளை வேட்டி சட்டையில் நுழைந்தார். கையில் புதுமாடல் ஐபோன், தன் பின்புறம் மூன்று கேமராக்கள் இருப்பதைப் புடைத்துக் கொண்டு காட்டியது. கழுத்தில் சிறிய தங்கச் சங்கிலி.

"சார் வணக்கம். நான் ராஜமாணிக்கம். என் அத்தான் தான் சந்திரா ஸ்டோர் முதலாளி செல்வராஜ். அக்காவை கட்டுனவர்."

"ஓஹ்ஹ். வாங்க சார். உட்காருங்க."

"இங்க பல்லாவரத்தில் புது காம்ப்ளெக்ஸ் கட்டுறோம். அதை நான்தான் பார்த்துக்கிறேன். இப்ப முடியுற ஸ்டேஜ். ஆறு மாசத்தில் திறந்திடுவோம்."

"நீங்க.... ரூம் மாறி வந்துட்டீங்கன்னு நினைக்கிறேன். நான் பல்லாவரம் ஸ்டேஷன் கிடையாது. வேற ஒரு கேஸ் சம்பந்தமா வந்திருக்க ஸ்பெஷல் டீம். உங்க காம்ப்ளெக்ஸ் டிடெய்ல்ஸ் பத்தி நீங்க அசிஸ்டெண்ட் கமிசனர் கிட்டயே நீங்க பேசிக்கலாம்."

"இல்ல சார் உங்களத்தான் பார்க்க வந்தேன்."

ஆல்டோ நிமிர்ந்து அமர்ந்தான்.

"ரேடியல் ரோடு ஆக்ஸிடெண்ட் கேஸ் பத்தி நீங்க தான் விசாரிக்கிறதா சொன்னாங்க சார். அதான் பார்க்க வந்தேன்."

"அந்த கேஸ் நான் தான் விசாரிக்கிறேன். ஆனா அதுக்கும் உங்க

காம்ப்ளெக்ஸுக்கும் என்ன தொடர்பு?"

"ஆக்ஸிடெண்ட் நடக்குற இடம் எங்க கன்ஸ்டிரக்சன் சைட்ல இருந்து 150 மீட்டர்தான் சார்."

"ஓஹ்..." ஆல்டோ ஆர்வமானான்.

"400 கோடி ரூபா புராஜெக்ட். பெரிய ஷாப்பிங் காம்பிளக்ஸ், தியேட்டர்ஸ், ஃபுட்கோர்ட், நிறைய கடைகள்ன்னு பெரிய கன்ஸ்டிரக்சன். அதுக்கு பக்கத்தில் எங்க சிஸ்டர் கன்சர்ன் சந்திரா பில்டர்ஸ் 20 மாடி அபார்ட்மெண்ட் கட்டுறாங்க. எல்லாமே மெகா ஹிட் புராஜக்ட். அனவுன்ஸ் பண்ணுன உடனே ப்ரீ புக்கிங்ல 50% புக் ஆயிடுச்சு"

"நைஸ். நல்ல விசயம் தானே!"

"ஆனா அதெல்லாம் இப்ப அப்படியே மாறிடுச்சு சார். புக்கிங் சுத்தமா இல்ல. ஏற்கனவே புக் பண்ணுனவங்க கூட கேன்சல் பண்றாங்க. சைட் பக்கத்தில ஆவி இருக்கு, பேய் இருக்குன்னு ஒரே பேச்சு. காம்ப்ளெக்ஸுக்கு எந்த பெரிய கமர்சியல் நிறுவனமும் வரமாட்றாங்க. செண்டிமெண்ட் பாக்குறாங்க. நாலு தியேட்டரை ஏபிஆர் மல்டிபிளெக்ஸ் லீஸ்க்கு கேட்டிருந்தாங்க. இப்ப அவங்களே பின் வாங்கிட்டாங்க."

ஆல்டோ அவரை கூர்ந்து பார்த்தான்.

"புக்கிங் ஸ்டாப் ஆனதால பேங்க் லோன் சாங்சன் ஆகுறதுல பிரச்சனை. வேலை எல்லாம் அப்படியே நிக்குது."

"கஷ்டம்...."

"இந்த கேஸ்க்கு நீங்கதான் இன்சார்ஜுன்னு சொன்னாங்க. அதான் மாமா உடனே உங்கள பார்த்துட்டு வரச் சொன்னார்."

"உங்கள குறிவச்சு.... ஐ மீன் உங்க நிறுவனத்தை குறிவச்சு யாரோ வேணும்ன்னே பண்றாங்கன்னு நினைக்கிறீங்களா?"

"எல்லா ஆக்ஸிடெண்ட் வீடியோவுமே வாட்ஸ் ஆப்ல வந்துச்சு. அந்த வீடியோ எல்லாம் பார்த்தா நமக்கே பதறுது. இதெல்லாம் எப்படி சார் மனுசங்க செய்யமுடியும்?"

"அப்புறம்?"

"நாப்பது வருசமா பிஸினஸ்ல இருக்கோம் சார். இப்படி ஒரு பிரச்சனையை நாங்க சந்திச்சதே இல்ல. லட்ச லட்சமா செலவு பண்ணி வடநாட்ல இருந்து சாமியார்களைக் கூட்டி வந்து யாகம் பண்ணுனோம். மலையாள மாந்திரீகம் பண்ணுனோம். ஆனாலும் அதுக்கு பொறவும் ஆக்ஸிடெண்ட் நடந்திட்டு தான் இருக்கு."

"சாமியார், மந்திரவாதி எல்லாம் கைவிரிச்ச பிறகு போலீஸ்?"

"அப்படி இல்ல சார். எங்களால முடிஞ்சது அது தான். இப்படி ஆக்ஸிடெண்ட்டா நடந்தா தொழில் பண்ண முடியாது. அதைவிட பிரச்சனை நூறு கோடிக்கு மேல கைக்காசு இந்த சைட்ல முடக்கியிருக்கோம். சீக்கிரம் எல்லா வேலையும் முடிஞ்சு பிஸினஸ் ரன் ஆனா தான் கேஷ் ஃப்ளோ இருக்கும். இல்லன்னா மொத்தமா இழுத்து மூட வேண்டி வரும். இது வாழ்வா சாவா பிரச்சனை. எதைத்தின்னா பித்தம் தெளியும்ங்கிற நிலைமை. சீக்கிரம் இதுக்கு ஏதாவது செஞ்சீங்கன்னா தான் நாங்க தப்பிக்க முடியும்."

"நீங்க ஈஸியா சாமியார், பூஜை, யாகம்ன்னு செய்யலாம் சார். ஆனா நாங்க அப்படி பண்ண முடியாதே. ஆவி, பேய் மேல சார்ஜ் ஷீட் போட்டா கோர்ட்டுல செல்லாது."

"புரியுது சார். அதான் மாமா உங்களை பார்த்துட்டு வரச் சொன்னார். இந்த கேஸ்ல எங்க சைடுல இருந்து எந்த ஹெல்ப் வேணும்னாலும் செய்யத் தயாரா இருக்கோம். வித் பேப்பர், வித் அவுட் பேப்பர் எதுனாலும் பண்ணலாம். சீக்கிரம் இதுக்கு ஒரு முடிவு வந்துட்டா தப்பிச்சிடுவோம்."

"கவர்மெண்ட்டே எல்லாம் பண்ணுது சார். இது ஒரு சிக்கலான கேஸ்ன்னுதான் ஸ்பெஷல் டீம் போட்டுருக்காங்க. நீங்க சொன்னாலும், சொல்லலன்னாலும் நாங்க இந்த கேஸை தீவிரமா விசாரிக்கத்தான் போறோம். ஆனா நீங்க வந்ததுல ஒரு நல்ல விசயம்."

என்ன என்பதுபோல பார்த்தார் இராஜமாணிக்கம்.

"இந்த ஆக்ஸிடெண்ட்டுக்கு எல்லாம் மோடிவ் என்னவா இருக்கலாம்ன்னு லிஸ்ட் ரெடி பண்றோம். அதுல இந்த மோடிவ்வையும் சேர்க்கனும். ஒருவேளை இது உங்க நிறுவனத்துக்கு எதிரா யாரோ பண்ற சதின்னு வச்சுக்குவோம். அப்படி சதி செய்யுற அளவு எதிரி யார் இருக்கா?"

"இப்படி திடீர்ன்னு கேட்டா என்ன சொல்றது சார். தங்கநகையில் இருந்து பர்னிச்சர், பலசரக்கு வரை எல்லாமே விற்கிறோம். எத்தனையோ தொழில் போட்டி, எத்தனையோ லோன், எத்தனையோ டெபிட், எத்தனையோ கிரெடிட், எத்தனையோ இன்வெஸ்டார். குறிப்பா யாரைச் சொல்ல சார்?"

ஆல்டோ அவர் முகத்தையே சிறிது நேரம் உற்றுப் பார்த்தான். ஒரு வெள்ளைத் தாளையும் பேனாவையும் அவர் முன் வைத்தான்.

"நான் கேட்ட உடனே உங்க மனசுல கடகடன்னு நிறைய பேர் ஓடுச்சுல, அதுல முதல்ல வந்த ரெண்டு பேரை எழுதுங்க."

தயக்கத்துடன் வெள்ளைத் தாளை வாங்கினார். சிறிது யோசனைக்குப் பின் எழுதத் தொடங்கினார். அந்த வெள்ளைத்தாளைப் படித்துப் பார்க்காமல் மடக்கி சட்டைப்பையில் வைத்தான்.

"இது என் கார்டு. எப்ப வேணும்னாலும் கூப்பிடுங்க." வெள்ளைச் சட்டையின் பையில் இருந்து தனது விசிட்டிங் கார்டை கொடுத்தார் இராஜமாணிக்கம்.

அவர் சென்ற பின் அந்தத் தாளை எடுத்துப் படித்துப்பார்த்தான்.

அதில், ஆல்டோ எதிர்பார்த்திராத இரண்டு பெயர்கள் இருந்தன.

*****

### ஈச்சங்காடு ஈஸ்வரி

"சார், செம்ம இண்ட்ரஸ்டிங் மேட்டர் ஒன்னு சிக்கிருக்கு." திருநாவுக்கரசு மிக ஆர்வமாக உள்நுழைந்தார். கையில் டஜன் கணக்கில் கருப்பு கயிறு.

"என்ன திரு இது? சாமியார் மாதிரி இத்தனை கருப்பு கயிறு?"

"இது ஈச்சங்காடு ஈஸ்வரி அம்மா சக்தி பீடத்தில் மந்திரிச்ச கயிறு சார். ஆரச்சாலையின் அமானுஷ்ய ஆவி தாக்காமல் இருக்க கையில கட்டிக்கனும்"

"ஈச்சங்காடு ஈஸ்வரி அம்மா. நல்ல ரைமிங்கா இருக்கே. சீர் மோனை. யார் அந்த அம்மா?"

"அந்த அம்மா உண்மையில் ரெண்டு குழந்தைக்கு அப்பா. ஆம்பிளை சாமியார்கள் தங்களை அம்மான்னு சொல்லிக்குறதுதான் லேட்டஸ்ட் ஆன்மீக மாடல். இந்த ஏரியால இப்ப பீக்ல இருக்க சாமியார்ன்னா ஈச்சங்காடு ஈஸ்வரி அம்மா தான்."

"அவருக்கும் நம்ம கேஸுக்கும் என்ன சம்பந்தம்?"

"ரேடியல் ரோடு ஆக்ஸிடெண்ட் ஆவிகிட்ட இருந்து தப்பிக்கிறதுக்காக தினமும் ஸ்பெசல் பூஜை நடத்துறாங்க. கருப்புக் கயிறு, எந்திரம் எல்லாம் மந்திரிச்சு தர்றாங்க. கார்ல, பைக்ல வச்சுக்கிட்டா ஆக்ஸிடெண்ட் ஆகாதாம்.

சும்மா சொல்லக்கூடாது சார், ஒரு எந்திரம் ருபீஸ் 9999 ஒன்லி."

"அடப்பாவிகளா.... ஒரு நாளைக்கு பத்து வித்தாலே ஒரு லட்சம் தேறிடுமே...."

"பத்தா? அங்க இருக்க இருக்க கியூ பார்த்தீங்கன்னா நூறுக்கு கம்மியா சொல்ல மாட்டீங்க. ஈச்சங்காடு சிக்னலே ஆடிப் போய்டும்"

"நல்ல பிஸினஸா இருக்கே"

"இது இல்லாம ஸ்பெசல் பூஜை, தோசம் கழிப்பு, பரிகாரம், கட்டண தரிசனம் எல்லாமே இருக்கு. அடுத்து ஆசிரமத்தை எக்ஸ்டெண்ட் பண்ண போறாங்களாம்."

"இவ்ளோ வியாபாரம் இருந்தா எக்ஸ்டெண்ட் பண்ண வேண்டியது தான்"

"இங்கதான் நமக்கு ஒரு லீட் கிடைச்சிருக்கு சார்."

ஆல்டோ கூர்மையானான்.

"ரேடியல் ரோடுல இடத்தோட மார்க்கெட் ரேட் சதுர அடிக்கு மினிமம் பத்தாயிரம். அதாவது கிரவுண்ட் இரண்டரைக் கோடி ரூபாய்க்கு பக்கமா வரும். இப்ப ஆக்ஸிடெண்ட் ஆகுற இடத்துக்கு எதிர இருபது கிரவுண்ட் இடம் இருக்கு. அதோட மதிப்பு 50 கோடி. ஆனா ஆவி பேய்ன்னு யாரும் வாங்க முன் வராததால அந்த இடத்தை ஈச்சங்காடு ஈஸ்வரி அம்மா வாங்கப் போறாங்களாம். எவ்வளவுக்கு தெரியுமா? 14 கோடிக்கு. அதாவது மார்க்கெட் விலையை விட 36 கோடி கம்மியா. அங்கதான் புது ஆசிரமம் வரப்போகுதாம்"

"ஆக்ஸிடெண்ட்ஸ்க்கு பின்னாடி இந்த ரியல் எஸ்டேட் பிரச்சனை இருக்கும்ன்னு சொல்றீங்களா?"

"இருக்கக் கூடாதான்னு கேட்கிறேன் சார். இன்னைக்கு தேதிக்கு பத்து லட்சம் கொடுத்தா சென்னையில் கொலை பண்ண ஆள் கிடைப்பாங்க. பதினாலையும் கொலைன்னு வச்சுக்கிட்டா கூட மேக்சிமம் ஒரு கோடியே நாப்பது லட்சம். ஆனா ஈஸ்வரிக்கு லாபம் 36 கோடி."

"ஆனா இது தான் கொலை இல்லையே?"

"ஆமா, கொலை இல்லை. நான் பேசுனதுல கொலைன்னு வர்ற இடத்தில் எல்லாம் அதுக்குப் பதிலா விபத்துன்னு வச்சுக்கோங்க. அது மட்டும் இல்லாம, இந்த ஆவி கதையால தினமும் லட்சக்கணக்குல வியாபாரம். சந்திரா ஸ்டோர் எதிரிகளுக்கு ஒரு மோடிவ் இருந்தா ஈஸ்வரி குரூப்புக்கு இரண்டு மோடிவ். ஒரே ஆவில ரெண்டு மாங்கா."

ஆல்டோ யோசித்தான்.

"ஈச்சங்காடு ஈஸ்வரியை பார்க்கனுமே."

"அவங்க இப்ப ரொம்ப பிஸி சார். அப்பாயிண்ட்மெண்ட்காக காரைக்கால் கவர்னர், ஹைகோர்ட் ஜட்ஜ், எல்லாம் வெயிட்டிங்ல இருக்காங்க."

"அந்த மதுரை ஹைகோர்ட் பெஞ்ச் ஜட்ஜ்ஜா?"

"அவர்தான். வேற யாரு! நான் வேணா அப்பாயிண்ட்மெண்ட் டிரை பண்ணிப் பார்க்கவா?."

"வேணாம் திரு. அங்க எப்படிப் போகனும்ன்னு எனக்கு ஒரு வழி தெரியும். அதை நான் பார்த்துக்கிறேன். இப்ப நீங்க செய்ய வேண்டிய முக்கியமான வேலை ஒன்னு இருக்கு." சில கோப்புகளை எடுத்து திருவிடம் கொடுத்தான்.

"இது சத்யா தேவி ஆக்ஸிடெண்ட் ஃபைல். இந்த சீரிஸ்ல முதல் விபத்து. நீங்க அந்தப் பொண்ணோட ஊருக்குப் போய் கம்ப்ளீட்டா விசாரிச்சுட்டு வந்துருங்க. வீ நீட் மோர் அண்ட் கம்ப்ளீட் இன்பர்மேசன் அபவுட் திஸ் கேஸ்"

"ஓகே சார்."

ஈச்சங்காடு ஈஸ்வரி பீடம் பற்றி இணையத்தில் தேடிப்பார்த்தான். அவர்களின் இணையதளம் மிக நேர்த்தியாக வடிவமைக்கப்பட்டிருந்தது. தொழில்முறை புகைப்படக்காரர்கள்

கொண்டு எடுக்கப்பட்ட ஈச்சங்காடு ஈஸ்வரி அம்மா(ப்பா) புகைப்படங்கள் தளத்தில் கொட்டிக் கிடந்தன. அவர் நிகழ்த்திய அற்புதங்களைப் பக்தர்கள் கண்ணீர் மல்க விவரிக்கும் காணொளிகள் வரிசையாக வந்தன. ஆன்லைனில் பூஜைக்கு முன்பதிவு செய்யும் வசதி இருந்தது, எந்திரம், பிரசாதம் வாங்கும் வசதி கூட இருந்தது. தலபுராணம், பிரசங்க காணொளிகள் இருந்தன. செய்தித்தாள்களில் பிரசுரமான செய்திகளின் நறுக்குகள் இருந்தன. அதில் சமகால விஐபிகள் பலருடன் ஈச்சங்காடு ஈஸ்வரி அம்மா சிரித்துக் கொண்டிருந்தார் அல்லது அருள்பாலித்துக் கொண்டு இருந்தார். அனைத்து செய்திகளும் சமீபத்திய மூன்று வருடங்களுக்குள் வந்த செய்தியாகவே இருந்தன. அதற்கு முன் வந்த எந்த செய்தியும் இல்லை. அவர்களின் இணையதளத்தை விட்டு வெளியேறி கூகிள் முழுவதும் தேடிப்பார்த்தான். மூன்று வருடங்களுக்கு முன் ஈஸ்வரி அம்மா பற்றி எந்த ஒரு தகவலும் இல்லை. திடீரென முளைத்த மூங்கிலைப் போல, இந்த இரண்டு மூன்று வருடங்களில் நிறையச் செய்திகள், காணொளிகள், பார்வையாளர்கள். அதுவும் ஆரச்சாலையின் மர்ம விபத்துகளுக்குப் பிறகு ஈஸ்வரியின் புகழ் நிறையவே பரவியிருந்தது.

திருவின் சந்தேகத்தில் பொருள் இருப்பது ஆல்டோவிற்குப் புரிந்தது.

இந்திய அரசின் பெருநிறுவன விகாரங்கள் துறை அமைச்சகத்தின் இணையதளத்தில் ஈஸ்வரி பீடம் பற்றித் தேடிப்பார்த்தான்.

ஒரு தனியார் அமைப்பாகப் பதிவு செய்யப்பட்டிருந்தது. அதன் இயக்குநராக மூன்று பெயர்கள் இருந்தன.

1. ஈஸ்வரன் ரவிச்சந்திரன்
2. ஆனந்த் நவீன்குமார்
3. பூர்ணசந்திரன்

மூன்றாவது பெயர் சற்றே ஆச்சரியத்தைத் தந்தது. ஓய்வு பெற்ற ஐஏஎஸ் அதிகாரி பூர்ணசந்திரன்.

*****

## ஈஸ்வரி பீடம்

இரவில் குளிர்ந்த பூமியைச் சூரியன் தன் கதிர்களை அனுப்பி சூடாக்க முயன்று கொண்டிருந்தது. அம்முயற்சியைப் பொருட்படுத்தாது ஜெகதீசனை அழைத்துக் கொண்டு ஈச்சங்காடு நோக்கிப் போய்க்கொண்டு இருந்தான் ஆல்டோ.

“ஜெகதீசன் சார் நீங்க இதே பல்லாவரம் தான? ஈஸ்வரி அம்மா பத்தி உங்களுக்குத் தெரியுமா?”

“நல்லா தெரியும் சார். அந்தாளோட ஒரிஜினல் பேரு ஈஸ்வரன். கல்யாணம் ஆகி கொழந்த குட்டிலாம் இருக்கு. மெக்கானிக்கா இருந்தான். திருட்டு வண்டி வாங்கி ஸ்பேர் பார்ட்ஸ் விற்பான். ஆந்திராவில் இருந்து டூவீலர்ல பவுடர் கடத்துற கும்பலுக்கு இவன் தான் திருட்டு பைக் சப்ளையர். எவனோ ஒருத்தன் கோடி கணக்கில பவுடரை பைக் சீட்ல மறைச்சு கடத்திருக்கான். வர்ற வழியில் ஆக்ஸிடெண்ட் ஆகி செத்துட்டான். ஆனா அந்த பைக் இவன் கிட்ட திரும்பி வந்திருக்கு. அன்னைக்கு அடிச்சது லக் இவனுக்கு. பைக்ல கிடைச்ச பவுடரை கோடிக்கணக்கில கைமாத்திவிட்டுட்டான். ஒரிஜினல் கடத்தல் கும்பல் மோப்பம் பிடிச்சு வந்திருச்சு. உடனே டக்குன்னு ஆசிரமம் ஆரம்பிச்சு பாதுகாப்பா செட்டில் ஆயிட்டான். இப்ப செம பிஸினஸ்.”

“என்ன இவ்ளோ கண்றாவி கதையா இருக்கு?”

“அதுக்கு நான் என்ன பண்ண சார்? எது உண்மையோ அதைத்தான சொல்ல முடியும்?”

"இப்ப நல்ல கூட்டமோ?"

"செம கூட்டம் விஐபிகளுக்கு மட்டும் ஸ்பெசல் தரிசனம். பொதுமக்கள் எல்லாம் கூட்டத்தோட கூட்டமா நின்னு பார்த்திட்டு போய்டனும். அதுவும் ஆக்சிடெண்ட் ஆகாம இருக்க கார், பைக்குக்கு பூஜை போடுவானுங்க செம கூட்டம் வரும், இந்த ஏரியா முழுக்க செம பேமஸ். அவனோட கருப்பு கயிறு இல்லாத காரே இல்ல. என் பைக்ல கூட கட்டியிருக்கும். இவன் ஃபிராடுன்னு டிபார்ட்மெண்ட்ல இருக்க நமக்கு தெரியுது. நம்ம வீட்ல இருக்கவங்களுக்கு தெரியனுமே."

"பயங்கர கூட்டம்ன்னு சொல்றீங்க நம்ம போய் பார்க்க முடியுமா?"

"ஒரிஜினலா ஆசிரமம் வர்றது மடிப்பாக்கம் ஸ்டேஷன் லிமிட். ஆனா நம்ம லிமிட்ல இருக்க ஒரு பெரிய கிரவுண்ட்ல அடிக்கடி ஸ்பெஷல் பூஜை நடத்துவானுங்க சார். நவீன்னு ஒரு பையன், ஈஸ்வரியோட அண்ணன் பையன். அவன் தான் இன்சார்ஜ். பெர்மிசன் வாங்க நம்மகிட்ட தான் வருவான். அதனால நம்மள உடனே உள்ள விடுவானுங்க."

ஈச்சங்காடு சிக்னலில் இருந்து 200 அடி தூரத்தில் இருந்தது ஈஸ்வரி பீடம். எலுமிச்சை, பூக்கள், சந்தனம் ஜவ்வாது எல்லாம் கலந்த ஒருவித வாசனை சாலை வரை அடித்தது. அதை ஆசிரமம் என்பதை விட கோவில் எனலாம். அந்த இடம் மிஞ்சிப்போனால் 3000 சதுர அடி இருக்கலாம். நுழையுமிடத்தில் "ஈச்சங்காடு ஈஸ்வரி அம்மா சக்தி பீடம்" எனப் பெரிய பெயர்ப் பலகை இருந்தது. ஆஸ்பெஸ்டாஸ் சீட் போட்ட ஒரு பெரிய கூடம், அதன் பின்னால் கருவறைக் கட்டிடம். சுற்றிலும் கட்டிடங்கள் இல்லாததாலும், விசாலமான 200 அடிச்சாலையின் பங்களிப்பாலும் சிறிய இடம் விஸ்தாரமாகத் தெரிந்தது. வெயில் நேரத்திலும் நிறைய பக்தர்கள் வந்து சென்றனர். ஜெகதீசன் உள்ளே நுழைந்த உடன் ஆசிரம ஆட்கள் கண்டு கொண்டு வணக்கம் வைத்து இருவரையும் அழைத்துச் சென்றனர்.

கருவறைக்குப் பின்னால் ஒரு சிறிய வீடு. அங்குதான் ஈஸ்வரி அம்மா இருந்தார். குளிர் சாதன வசதி செய்யப்பட்ட அறை,

விலையுயர்ந்த சோபாக்கள் நிரம்பியிருந்தன. ஆல்டோவிற்கு வெயிலில் இருந்து அறைக்குள் நுழைந்த உடன் சொர்க்கம் போல் இருந்தது. வெளியில் இருந்த எலுமிச்சை மணம் மாறி சாம்பிராணியின் உறுத்தாத நறுமணம் கமழ்ந்தது. அறைக்கூரையில் அலங்காரமான ஃபால்ஸ் சீலிங், நடுவில் பெரிய சாண்ட்லியர் விளக்கு. அதற்குக் கீழ் சிம்மாசனம் போல் வடிவமைக்கப்பட்ட நாற்காலியில் ஈஸ்வரி அம்மா அமர்ந்திருந்தார்.

"வாங்க தம்பி!!"

ஜெகதீசனை அடையாளம் தெரிந்து வைத்திருந்தார்.

"அய்யா ஸ்பெஷல் டீம் டிஎஸ்பி. ரேடியல் ரோட்ல நிறைய ஆக்ஸிடெண்ட் ஆகுதுல அதை விசாரிக்க கவர்மெண்ட் அனுப்பிருக்கு."

ஈஸ்வரி அம்மாவின் முகம் நொடியில் மாறி இயல்பானது.

"அதை விசாரிக்க ஸ்பெஷல் டீம் எல்லாம் போட்டுருக்காங்களா.... ஓம் ஈஸ்வரியாய நமஹ." ஆல்டோவைப் பார்த்து ஆசி வழங்குவதைப் போலக் கையை ஆட்டினார். எதிரில் இருக்கும் இருக்கைகளில் அமரும்படி சைகை காட்டினார்.

அருகில் இருந்த தாம்பாளத்தில் இருந்து ஒரு எலுமிச்சம்பழத்தை எடுத்து இரு கைகளையும் சேர்த்து தன் நெற்றிக்கு அருகில் இரண்டு கண்களுக்கும் நடுவில் வைத்து மந்திரம் சொன்னார்.

"ஓம் மஹாதேவ்யை ச வித்மஹே
கௌரீஸித்தாய தீமஹி
தன்னோ தேவீ ப்ரசோதயாத்"

"இந்தாங்க..." ஆல்டோவிடம் கொடுத்தார்.

"இந்த ஆசிரமம் ஆரம்பிச்சு எத்தனை வருசமா...."

"ஒரு நிமிசம்!" ஆல்டோவை இடைமறித்தார் ஈஸ்வரி.

“தம்பி உங்க பேரச் சொல்லுங்க.”

“கார்த்திக் ஆல்டோ”

பக்கத்தில் இருந்த ஒரு காகிதத்தில் ஏதோ எழுதிக் கணக்கிட்டார்.

“எட்டாம் எண். சனியின் ஆதிக்கம். சனி பகவான் நீதிமான். நீங்க நேர்மையோட இருப்பீங்க. தப்பு செஞ்சவங்களுக்கு தண்டனை வாங்கி தர்ற பதவி. இப்ப குரு ராகுவுக்கு பின்னால மறைஞ்சு இருக்க காலம். கொஞ்சம் கஷ்டமான காலம். கல்யாணம் ஆயிடுச்சா?”

“இல்ல”

“களத்திர தோசம் இருக்கலாம். டெய்லி வெளில கிளம்பும் போது கருப்பு மை வச்சிட்டு போங்க, வெளில பிரகாரம் கிட்ட விக்கும். சீக்கிரமே திருமணம் யோகம் கைகூடி வரும்.”

“இல்ல. நான் சிங்கிளாவே இருந்துக்கிறேன்”

“இந்தக் காலத்து புள்ளைங்க எளிமையான பரிகாரத்துக்குக் கூட அலுத்துக்கிறாங்க” ஆல்டோவின் நேரடி பதிலால் ஏற்பட்ட ஏமாற்றத்தை மறைக்க முயன்றார்.

★★★★★

## சிவபூமி சக்திபூமி

"நவீன் ஆளையே காணோம்?" ஜெகதீசன் இடையில் புகுந்து பேச்சை மாற்றினார்.

"பக்கத்து ரூம்ல இருக்கான். ஆடிட்டிங் போயிட்டு இருக்கு. டேக்ஸ் ரிடர்ன் ஃபைல் பண்ணனுமாம். என்னமோ.... நமக்கு தெய்வ காரியங்கள் தவிர்த்து மத்தது எதுலயும் ஆர்வம் இல்ல. அவன்தான் பார்த்துக்கிறான்"

"இந்த ரோட்ல ஒரே இடத்தில் தொடர்ச்சியா நிறைய ஆக்ஸிடெண்ட் நடக்குது. அதைப்பத்தி அரசாங்கம் ஒரு ரிப்போர்ட் தயார் பண்றாங்க. இந்த விபத்துகள் ஏன் நடக்குது? அதைப்பத்தி ஆன்மீகவாதியா உங்க கருத்து என்ன?" ஆல்டோ நேரடியாகத் தூண்டிலை வீசினான்.

"நான் சொல்வேன். ஆனா நீங்க நம்பமாட்டீங்க. படிச்ச காவல்துறை அதிகாரி இல்லையா? இதை எல்லாம் எப்படி நம்புவீங்க?"

"நான் நம்புறனா இல்லையாங்கிறது விசயம் இல்ல. நீங்க என்ன சொல்றீங்களோ அதை அப்படியே எங்க ரிப்போர்ட்ல எழுதிடுவோம். உயர் அதிகாரிகள், அமைச்சர்கள், முதலமைச்சர் பார்ப்பாங்க. அவங்க முடிவெடுப்பாங்க."

"ஓஹ். மேல வரை ரிப்போர்ட் போகுமா? நான் சொல்றத அப்படியே எழுதிடுங்க. அப்ப தான் இந்த மக்களுக்கு விடிவுகாலம் வரும். ஓம் ஈஸ்வரியாய நமஹ!" கையெடுத்து வானோக்கி கும்பிட்டார்.

ஜெகதீசன் தனது பாக்கெட்டில் இருந்து ஆடியோ ரெக்கார்டரை எடுத்து ஆன் செய்து தங்கள் முன் இருந்த மேசையில் வைத்தார்.

“பல்லாவரம் என்பது சிவனோட ஆதிக்க ஸ்தலம். திரிசூலம் திரிசூலநாதர் கோவிலுக்கும் பொழிச்சலூர் அகஸ்தீஸ்வரர் கோவிலுக்கும் பாத்தியப்பட்ட இடம். சிவனோட அம்சமான நெருப்பு இருக்க கந்தக பூமி. அதனால தான் அங்க கெமிக்கல் தொழிற்சாலை, தோல் தொழில் எல்லாம் வளர்ந்துச்சு. குரோம்பேட்டைன்னு ஒரு ஏரியாவே வந்துச்சு. அப்படியே இந்தப் பக்கம் ஈச்சங்காடு, கீழ்க்கட்டளை வந்தா இது சக்தி பூமி. சக்தியோட அம்சமான நீர்வளம் மிக்க பூமி. கோவிலம்பாக்கத்தில் இன்னைக்கும் விவசாயம் நடக்கும். எங்க பார்த்தாலும் ஏரி. அதைவிட முக்கியம் ஈச்சங்காடு ஈஸ்வரி அம்மாவோட சக்தி நிலை கொண்ட ஸ்தலம். அதனால தான் இங்க சக்தி பீடம் உருவாக்குனோம்”

“ஆனா இதுக்கும் இந்த விபத்துக்கும் என்ன தொடர்பு?”

“இருக்கு. தொடர்பு இருக்கு. இப்ப விபத்து நடக்கிற இடம். சிவனும் சக்தியும் சந்திக்கிற இடம். அர்த்தநாரீஸ்வர ஸ்தலம். அந்த இடத்தில பூமியோட எனர்ஜி மாறும். நீர் ஸ்தலத்தில் இருந்து நெருப்பு ஸ்தலத்துக்கு வாகனம் போகும் போது என்ஜின் தடுமாறும். விபத்து ஏற்படும். இப்படி இரண்டு சக்திகள் சந்திக்கிற பூமியில் அதிவேக சாலைகள் அமைப்பது ஆபத்து. இதை எத்தனையோ தடவை சொல்லிட்டேன். யாரும் கேட்கல.”

“சக்தி பூமி, சிவன் பூமி, அர்த்தநாரீஸ்வரர், பூமி எனர்ஜி இதையெல்லாம் நாங்க ரிப்போர்ட்ல எழுதுனா யார் நம்புவா? ஆதாரம் கேட்க மாட்டாங்களா?”

“கண்ணு முன்னாடி நடக்குறது தான் ஆதாரம். ஏன் பல்லாவரத்தில் கெமிக்கல் தொழில் நடக்குதுங்கிறது ஆதாரம். கொஞ்ச தூரத்தில் ஈச்சங்காடு பக்கம் ஏன் விவசாயம் நடக்குதுங்கிறது ஆதாரம். ஏன் கரெக்ட்டா அந்த இடத்தில் மட்டும் விபத்து நடக்குதுங்கிறது ஆதாரம். உலக ஞானம் மட்டும் இருந்தா போதாது. மெய் ஞானம் வேணும். எங்களை மாதிரி ஆன்மீக ஞானிகள் சொல்றதைக் கேட்டு நடக்கிற நல்ல புத்தி வேணும்.”

“இந்த விபத்தைத் தடுக்க என்ன பண்ணலாம்? அரசாங்கத்துக்கு ஏதாவது சொல்ல விரும்புறீங்களா?”

“அந்த இடத்தில் பூமியோட எனர்ஜியை சரி பண்ணனும். அர்த்தநாரீஸ்வர பீடம் அமைக்கனும். அப்பதான் அகால விபத்துகள் ஏற்படுறது நிற்கும். அதற்கான முயற்சிகள்ல ஈஸ்வரி அம்மா பீடம் முழுமையா இறங்கி இருக்கு. பூவுலக நன்மைக்காக அரசாங்கம் செய்யலன்னாலும் அதை நாங்க செய்து முடிப்போம்.”

அப்போது கதவைத் திறந்து கொண்டு ஒரு இளைஞர் நுழைந்தார்.

“என்ன நவீன்?”

“ஓம் ஈஸ்வரி நமஹ! உச்சிக்கால பூசைக்கு நேரமாயிடுச்சு அம்மா”

அருகில் இருந்த தனது மொபைலில் நேரத்தைப் பார்த்தார். பிறகு ஆல்டோவிடம் திரும்பி,

“எனக்கு பூசைக்கு நேரம் ஆச்சு. எந்த சந்தேகம்னாலும் நவீனை கேட்டுக்கோங்க. ஹரி ஓம்...... ஈஸ்வரியாய நமஹ” கையை குவித்து எழுந்து சென்றார்.

பயபக்தியுடன் அவரை வழியனுப்பிவிட்டு அருகில் வந்து அமர்ந்தார் நவீன். இருபதுக்கும் இருபத்தைந்துக்கும் இடைப்பட்ட வயது. தூய்மையாக வழித்து சவரம் செய்யப்பட்ட முகம், சிறிய அளவான மீசை. உடற்பயிற்சியின் சதை திரட்சியுடன் அதிக கொழுப்பு இல்லாத உடல். நெற்றியில் செந்தூரக் கீற்று இருந்தது.

“நீங்க தான் இந்த ஆசிரமத்துக்கு இன்சார்ஜா?”

“இதை ஆசிரமம்ன்னு சொல்ல மாட்டோம் சார். சக்தி பீடம். ஆன்மீகப் பணியை ஈஸ்வரி அம்மா கவனிச்சுக்குவாங்க. நிர்வாகத்தை நான் பார்த்துக்கிறேன்.” பயிற்றுவிக்கப்பட்டது போன்ற, நேர்த்தியான உடல் மொழியை வெளிப்படுத்தினான் அந்த இளைஞன்.

“இந்த சின்ன வயசில் எப்படி உங்கள இன்சார்ஜா போட்டாங்க?”

“ஆக்சுவலா ஈஸ்வரி அம்மா என்னோட சித்தப்பாதான். அவர் சின்னதா சக்தி பீடம் ஆரம்பிச்சதுல இருந்து கூட இருக்கேன்.”

“என்ன படிச்சிருக்கீங்க?”

“இஞ்சினியரிங் சார். பி.இ”

ஆல்டோ ஃபைலில் இருந்து சில புகைப்படங்களை எடுத்தான்.

“இதெல்லாம் ஆக்ஸிடெண்ட் விக்டிம்ஸோட போட்டோஸ். இதுல யாரையாவது உங்களுக்கு தெரியுமா?”

அனைத்தையும் பொறுமையாகப் பார்த்தான்.

“இல்ல சார். யாரையும் தெரியாது.”

“ரேடியல் ரோட்ல 20 கிரவுண்ட் நிலம் வாங்க முயற்சி பண்றீங்களாமே?”

“ஆமா சார். அர்த்தநாரீஸ்வர பீடம் அமைக்கப் போறோம்.”

“சரி. ஒன் மோர் கொஸ்டீன். பூர்ணசந்திரனை உங்களுக்கு எப்படித் தெரியும்?”

தேர்ந்த உடல்மொழியை மீறி பதட்டம் வெளிப்பட்டதை ஆல்டோ கண்டுகொண்டான்.

“எ.. எந்த பூர்ணசந்திரன்?”

“முன்னாள் ஐஏஎஸ் அதிகாரி”

“அவர் ஈஸ்வரி அம்மாவோட டிவோட்டி. சக்தி பீடத்தோட வெல்விஷர். அவ்வளவு தான்.”

“ஓஹ்ஹ். தேங்க்யூ”

வெளியில் வரும்போது ஆல்டோ ஜெகதீசனைப் பார்த்து கூறினான், "இவனோட பாடி லாங்குவேஜ் நோட் பண்ணுனீங்களா? பெரிய தில்லாலங்கடியா வருவான்."

★ ★ ★ ★ ★

## உறுதிச் சான்று

கட்டுக்கட்டாக தன் மேசை மீது அடுக்கப்பட்டிருந்த வழக்கு ஆவணங்களைப் புரட்டிக் கொண்டிருந்தான் ஆல்டோ. எந்த வழக்கின் கோப்புகளோடும் சேராமல் ஒரு உறையிடப்பட்ட கடிதம் தனியாக இருந்தது. வழக்கு எண்களின் அடிப்படையில் கோப்புகளைப் படித்ததால் அக்கடிதத்தை இறுதியாகப் படிக்கலாம் என்று எண்ணி- யிருந்தான். ஆனால் பணி நெருக்கடியில் அது அவனுக்கு மறந்தே போனது. இப்போது அதைக் கையில் எடுத்தான்.

ஒரு வித்தியாசமான கையெழுத்துடன் கடிதத்தின் உறை அவனது கவனத்தை ஈர்த்தது. உறையைப் பிரித்து உள்ளுக்குள் இருக்கும் கடிதத்தை எடுத்தான். சைவ சித்தாந்த மகா சமாசம் அமைப்பின் சார்பில் அதன் தலைவர் செல்வ இளங்குமரன் சமர்ப்பிக்கும் தன்னார்வ உறுதிச் சான்று எனத் தொடங்கியது அக்கடிதம். தொடர் விபத்துகளைப் பற்றி செல்வ இளங்குமரன் தனக்குத் தெரிந்தவற்றை 20 பக்க எழுத்துப்பூர்வ கடிதமாக அளித்திருந்தார்.

சைவ சித்தாந்த மகா சமாசம் எனும் பெயரும், அதன் மொழிநடையும், பழைய கால கையெழுத்தும் ஆல்டோவின் ஆர்வத்தை மேலும் தூண்ட ஈடுபாட்டோடு படிக்க ஆரம்பித்தான். படிக்கப் படிக்க அதில் இருக்கும் தகவல்கள் உண்மைதானா என்பதை ஆல்டோவால் நம்பமுடியவில்லை. இத்தனை முக்கியமான, சுவாரசியமான ஆவணம் பற்றி ஏன் யாரும் இதுவரை கூறவில்லை?

ஜெகதீசனை அழைத்தான்.

"இந்த அஃபிடவிட் மேல என்ன ஆக்சன் எடுத்தீங்க சார், மேற்கொண்டு விசாரிச்சீங்களா?"

ஜெகதீசன் அந்த உறையை வாங்கிப் பார்த்தார்.

சைவ சித்தாந்த மகா சமாசம் பெயரைக் கண்டதும் அவர் முகத்தில் அலட்சியம் படர்ந்தது.

"சார், இந்த ஆள் ஒரு அரை மெண்டல் சார். எந்த கேஸ் வந்தாலும் லெட்டர், அஃபிடவிட் கொடுத்து உயிரை எடுப்பான் சார். இது வரை என்கிட்டயே 50 லெட்டர் கொடுத்திருப்பான்"

"எண்பது வயசுப் பெரியவரை மரியாதை இல்லாம பேசாதீங்க சார்"

"ஸாரி சார். இவர் ஒரு ரிடயர்ட் ஆசாமி. வெட்டியா ஒரு சங்கம் வச்சுட்டு இப்படி கருத்து சொல்றது தான் இவரது வேலையே. ஆளுநர்ல ஆரம்பிச்சு, குடியரசு தலைவர், பிரதமர், நிதியமைச்சர், முதலமைச்சர், சபாநாயகர்ன்னு எல்லாருக்கும் தினமும் ஒரு லெட்டர் ரெஜிஸ்டர்ட் போஸ்ட்ல அனுப்பிடுவார். நிதிநிலைமையை சீராக்க யோசனை, நிர்வாகத்தை மேம்படுத்த வழிமுறைன்னு எதையாவது அனுப்புவார். வீட்ல பொண்டாட்டி, புள்ளைங்க எல்லாம் தண்ணி தெளிச்சு விட்டுட்டாங்க. பல்லாவரம் போஸ்ட் ஆபிசே இவர வச்சு தான் ஓடுது."

"அது ஓகே. நிறைய பேர் இப்படி இருப்பாங்க. ஆனா இந்த கேஸ்ல இவர் ஒரு லெட்டர் கொடுத்திருக்கார். அந்த லெட்டர் மேல என்ன ஆக்ஷன் எடுத்தீங்க?"

"குற்றம் குறைய சைவ சித்தாந்த போதனைகள், உடல் நலம் பேணும் ஆன்மீகக் கல்வி இப்படின்னு தினமும் 10 பக்கத்தை டைப் பண்ணி ரெஜிஸ்டர் போஸ்ட்ல நம்ம ஸ்டேசனுக்கு அனுப்பி வைப்பார். இந்த லெட்டர் மாதிரி இவர் கொடுத்த 50 லெட்டர் நம்ம ஸ்டேசன்ல இருக்கு சார். எல்லா லெட்டருக்கும் ஆக்ஷன் எடுக்கனும்னா இவருக்குத் தனி போலிஸ் ஸ்டேஷன்தான் திறக்கனும்"

“இல்ல ஜெகதீசன், இந்த லெட்டர்ல சில இண்டரஸ்டிங் விசயங்கள் இருக்கு. மத்த லெட்டர் மாதிரி இதை இக்னோர் பண்ண முடியாது. இவரை உடனே பார்க்கனுமே”

செல்வ இளங்குமரன் இருக்கும் அடுக்குமாடிக்குடியிருப்பு பல்லாவரம் சாவடித் தெருவில் இருந்தது. வாகன நிறுத்துமிட கிரில் கதவில் நோ பார்க்கிங் என ஆங்கிலத்தில் எழுதப்பட்ட சிறிய அட்டைக்கு அருகில் அதைவிட சிறிய அளவில் “சைவ சித்தாந்த மகா சமாச தலைமையகம், பல்லாவரம்” என கையால் எழுதப்பட்ட அட்டை தொங்கியது. வறிய சமாசம் போல என ஆல்டோ நினைத்துக் கொண்டான்.

ஜெகதீசன் தொலைபேசியில் அழைத்தவுடன் ஒரு தோள் பையுடன் மேலிருந்து கீழிறங்கி வந்தார் செல்வ இளங்குமரன். எண்பத்தைந்து வயதை நெருங்கினாலும் அதைவிட இளமையாகவே இருந்தார். நடையிலும், பேச்சிலும், கை குலுக்கலின் போதும் திடம் தெரிந்தது, தளர்ச்சியை மீறிய உறுதி தெரிந்தது. ஆல்டோவையும் ஜெகதீசனையும் அழைத்துக் கொண்டு அருகில் இருந்த ஒரு பாழடைந்த பங்களா வீட்டிற்குச் சென்றார். அதன் முன்புறத்தில் இருந்த திட்டில் அமர்ந்து கொண்டார். அருகில் ஆல்டோவும் ஜெகதீசனும் அமர்ந்து கொண்டனர்.

“முன்னலாம் தனித்தமிழ்ல தான் பேசிட்டு இருந்தேன். இப்ப அது மாறிடுச்சு. ஆனாலும் முடிந்த வரை தமிழ்தான்.”

“சைவ சித்தாந்த மகா சமாசம் - இது நீங்க நடத்துற அமைப்பா?”

விரக்தியாகச் சிரித்தார்.

“நான் நடத்துற அமைப்பு என்று சொல்லலாம். நான் மட்டும் இருக்க அமைப்புன்னும் சொல்லலாம். இப்ப அந்த சமாசத்தில் இருக்க ஒரே ஆள் நான் தான். தமிழ்நாட்டோட வரலாற்றில் முக்கிய இடத்தில் இருந்த அமைப்போட இத்தனை வருடப் பாரம்பரியம் போய்டக்கூடாதேன்னு வீம்பா நடத்துறேன்.”

“என்ன பாரம்பரியம்? அவ்வளவு பெரிய அமைப்பா இது?”

"ஒரு காலத்தில் சைவ சித்தாந்த மகா சமாசம் மாநாடு நடத்தினா அதில் தமிழ்நாட்டில் இருக்க எல்லா சைவ மடங்களும், சைவ மத முக்கிய நபர்களும், பொதுமக்களும் கலந்துக்குவாங்க. செய்தித்தாள்ல முதல் பக்கத்தில் அந்தச் செய்தி வரும். திருவிழா மாதிரி ரெண்டு நாள், மூனு நாள் நடக்கும். அந்த மாநாட்டு மலரை வாங்க அடிதடி நடக்கும். அப்படி இருந்த அமைப்பு இது."

பேசிக்கொண்டே திரும்பி அந்த பெரிய வீட்டைப் பார்த்தார்.
"இந்த வீடு பல்லாவரம் முனிவரோட வீடு. அவர் தான் சைவ சித்தாந்த மகா சமாசத்தை ஆரம்பிச்சார்"

"பல்லாவரத்தில் முனிவரா? ஏதோ புராணக்கதை மாதிரி சொல்றீங்க?"

*****

## பல்லாவரம் முனிவர்

"புராணக்கதை இல்ல. எழுபத்தஞ்சு வருசத்துக்கு முன்ன நடந்த கதை. அந்த முனிவர் பேரு வேதாச்சல சுவாமிகள். அவர் ஆரம்பிச்சதுதான் சைவ சித்தாந்த மகா சமாசம். இந்த வீட்ல அவர் நிறைய ஆன்மீக சோதனை முயற்சிகளைச் செய்து பார்த்திருக்கார். அவர் சாகுறப்ப எனக்குப் பத்து வயசு. அப்பல இருந்து இப்ப வரை அவர்தான் எனக்கு ஆன்மீக குரு. தமிழ்நாட்டில், தமிழ் மொழியில், தமிழ்நாட்டு அரசியலில் ஒரு புரட்சியை ஏற்படுத்தியவர் அவர்"

"வேதாச்சல சுவாமிகளா? அப்படி ஒரு பெயரைக் கேள்விப்பட்டதில்லையே"

"நிறையப் பேருக்கு வேதாச்சல சுவாமிகள்ன்னு சொன்னா தெரியாது. அவரோட இன்னொரு பேரைச் சொன்னா உங்களுக்கு உடனே புரிஞ்சிடும். அந்தப் பேரு மறைமலையடிகள். அவர்தான் பல்லாவரம் முனிவர்."

"தனித்தமிழ் இயக்கத்தந்தை மறைமலையடிகளாரா?" வியப்பை மொத்தமாகக் குவித்து வைத்துக் கேட்டான் ஆல்டோ.

"ஆமா அவர்தான். இது அவரோட வீடுதான். வேதாச்சல சுவாமிகள் அப்படீங்கிற பெயரைத்தான் மறைமலையடிகள்ன்னு மாத்திக்கிட்டார். பல்லாவரத்தில் இருக்க அரசுப் பள்ளியோட பெயர் கூட மறைமலையடிகள் பள்ளி. அவர் நிறுவின அமைப்புதான் சைவ சித்தாந்த மகா சமாசம்."

நடுங்கும் குரல் கொண்டு பாடத் தொடங்கினார்.

"மூவா யிரமாண்டு மோது வடமொழியால்
சாவாந் தகைநின்ற தண்டமிழை - மேவாக்
குமரித் தனிநிலைக்குக் கொண்டுவந்த அப்பர்
அமரர் மறைமலை யார்.

- இது தேவநேயப் பாவாணர் மறைமலை அடிகளாரைப் பத்தி பாடின பாட்டு."

"தனித்தமிழ் ஆர்வலர் அப்படின்னுதான் அவரைப் பத்தி தெரியும். ஆன்மீகத்திலுமா அவர் ஈடுபாடோட இருந்தார்?"

"சொல்லப்போன தமிழைவிட ஆன்மீகத்தில் ரொம்ப ஆர்வமா இருந்தார். சைவ மதத்தை உயிருக்கும் மேலாக வச்சிருந்தார். கடைசிவரை யோக ஆராய்ச்சி செய்தார். அவர் எப்படி இறந்தார்ன்னு உங்களுக்கு தெரியுமா?"

"இல்ல... தெரியல."

ஆல்டோவின் பதில் என்னவாக இருந்தாலும் அதைப்பற்றி கவலையில்லை என்பதைப் போல ஆல்டோ கூறி முடிக்கும் முன்னரே விவரிக்க ஆரம்பித்தார் செல்வ இளங்குமரன்.

"மறைமலை அடிகளாருக்கு அவரது மனைவி சவுந்தரம்மாளை ரொம்ப பிடிக்கும். மனைவி இறந்த உடனே, தன்னோட குண்டலினி சக்தியை எழுப்பி சூக்கும உடலுக்கு போய் சமாதி அடைஞ்சார்."

பையில் இருந்து ஒரு புத்தகத்தை எடுத்து ஆல்டோவிடம் கொடுத்தார்.

"மரணத்தின் பின் மனிதர் நிலை"
-மறைமலையடிகள்
-நர்மதா பதிப்பகம்.

"இந்த புத்தகத்தை முழுசா படிச்சுப் பாருங்க. அடிகளார் எழுதின புத்தகம். இதில் விளக்கமா எல்லாமே எழுதியிருக்கார்."

“கடிதத்தில் ஒரு உறுதிச் சான்று அனுப்பியிருந்தீங்கள்ள, ஆரச்சாலை விபத்து எல்லாமே ஆவியோட செயல்ன்னு, அதைப்பத்தி சொல்ல முடியுமா?”

“இப்ப நீங்க அங்க உட்கார்ந்து இருக்கீங்க. நான் இங்க உட்கார்ந்து இருக்கேன். இதுல நீங்க, நான் அப்படின்னு நம்ம சொல்றது நம்மளோட உடம்பை. இதை மறைமலையடிகளார் தூல சரீரம்ன்னு சொல்றார். உதாரணமா ஐஸ்கட்டி மாதிரின்னு வைங்க. இந்த ஐஸ்கட்டி உருகி தண்ணீராகி ஆவியாகி காத்தோட கலந்துருச்சுன்னு வைங்க. அப்பவும் அந்த நீரோட மூலக்கூறு நீராவியா இங்கதான் இருக்கும். ஆனா ஐஸ்கட்டியை நம்ம தொட்டு உணர்வது போல உணர முடியாது. அதேமாதிரி இந்த தூல சரீரத்துக்கு உள்ள நாலு சரீரம் இருக்கு. சூக்கும சரீரம், குண சரீரம், கஞ்சுக சரீரம், காரண சரீரம். இந்த அஞ்சு உடம்பும் இறைவனோட கலந்தா தான் அது மோட்சம். வெறும் தூல சரீரம் மட்டும் இறந்தா அதுக்குப் பேரு மரணம்.”

“இந்த தூல சரீரம் இறந்துட்டா அதுக்கு உள்ள இருக்க மத்த நாலு உடம்பும் என்ன ஆகும்? இறந்துடுமா?”

“இறக்காது. சூக்கும சரீரமா இந்த உலகத்தில் சுத்திக்கிட்டே இருக்கும்.”

“இதெல்லாம் அறிவியலுக்கு ஒவ்வாத மூடநம்பிக்கை மாதிரி இருக்கே.”

“வெறும் மேலைநாட்டு விஞ்ஞானத்தை மட்டும் படிக்கக் கூடாது. நம்ம ஊர் மெய்ஞானத்தையும் படிக்கனும். மறைமலையடிகளார் தன்னோட மரணத்தின் பின் மனிதரின் நிலை புத்தகத்தில் இதைப் பத்தி தெளிவா எழுதியிருக்கார். எங்கோ லண்டன்ல இருக்க ஒருத்தரை உடனே போய் பார்த்துட்டு வந்த அமெரிக்கர், ஆவியோடு பேசின ஆங்கில துரைமார்களின் வாக்குமூலம், தன்னைக் கொன்று போட்ட சக திருடர்களைக் காட்டிக் கொடுத்த திருடனின் ஆவி, இப்படி நிறைய விசயங்களை அந்தக் காலத்திலேயே அவர் எழுதியிருக்கார். இப்பவும் நீங்க இணையத்தில் போய் தேடுங்க. Unexplained paranormal activities. காணொளி ஆதாரத்தோட நிறையச் செய்திகள் வரும். எல்லா

விடயத்தையும் நம்ம அறிவு கொண்டு உணர முடியாது. நமக்கு புலப்படாத எவ்வளவோ இருக்கு. நம்மால உணர முடியலங்கிறதால அதெல்லாம் பொய் ஆயிடாது."

"மத்தவிலாச அங்கதம் அப்படிங்கிற நாடகம் இந்த விபத்துக்கு எல்லாம் அடிப்படைன்னு அந்த கடிதத்தில் எழுதியிருந்தீங்களே. அது என்ன நாடகம்?"

"இந்த ஊரோட பெயர் தெரியுமா?

ஆல்டோ அவரை வித்தியாசமாகப் பார்த்தான்.

"சென்னை"

"இல்ல. நம்ம இப்ப இருக்க இடம்?"

"பல்லாவரம்....?"

"உண்மையில் அது பல்லவபுரம். ஏன் பல்லவபுரம்ன்னு பெயர் வந்தது தெரியுமா?"

"பல்லவர்கள் உருவாக்கிய ஊரா?"

"முதலாம் மகேந்திரவர்மன்னு ஒரு பல்லவ அரசர். கிபி 600 தொடங்கி 630 வரை ஆட்சியில் இருந்தார். மாமல்லபுரத்தை உருவாக்கிய நரசிம்மவர்மனோட அப்பா. அந்த மகேந்திரவர்மன் இங்க ஒரு குடைவரைக் கோயில் கட்டினார். அதனால இந்த ஊருக்கு பெயர் பல்லவபுரம். இப்பவும் அந்த கோயில் இஸ்லாமிய தர்காவா இருக்கு."

"இல்ல, நான்.... மத்த விலாச அங்கதம் பத்தி கேட்க வந்தேன்."

"பல்லவபுரத்தை உருவாக்கிய பல்லவ மன்னன் மகேந்திரவர்மன் எழுதிய நாடகம் மத்தவிசால அங்கதம்"

"பல்லவ மன்னன், நாடகம் எழுதியிருக்காரா?"

"ஆமா. அதுவும் அங்கத நாடகம். அங்கதம்னா என்ன தெரியுமா? சிரிப்பு. இது ஒரு சிரிப்பு நாடகம். 1400 வருசங்களுக்கு முன்னால் சமஸ்கிருதத்தில் எழுதப்பட்ட நாடகம்."

"அதுக்கும், நம்ம வழக்குக்கும் என்ன தொடர்பு?"

"தொடர்பை தெரிஞ்சுக்க மத்தவிலாச அங்கதம் நாடகத்தை முழுசா படிக்கனும். சின்ன கதை சுருக்கம் தர்றேன். படிச்சுப் பாருங்க".

ஆல்டோவின் கையில் ஒரு சிறிய புத்தகத்தைத் திணித்தார்.

ஆல்டோ அதன் அட்டைப் படத்தைப் பார்த்தான்.

"மத்தவிலாச அங்கதம் - நாடகக் கதைச்சுருக்கம். தமிழாக்கம் - சென்பாலன்" என எழுதியிருந்தது.

★★★★★

## மத்தவிலாச அங்கதம்

"மத்தவிலாச அங்கதம் - நாடகக் கதைச்சுருக்கம். தமிழாக்கம் - சென்பாலன்"

மத்தவிலாச அங்கதம் எனும் அங்கத நாடகம் பல்லவ மன்னர் முதலாம் மகேந்திரவர்மனால் கிபி ஏழாம் நூற்றாண்டில் "மத்த விலாச பிரஹசனம்" எனும் பெயரில் சமஸ்கிருதத்தில் எழுதப்பட்டது. இந்த நாடகம் அந்தக்காலத்தில் பெரும்பான்மையாகப் பின்பற்றப்பட்ட சைவ மதப்பிரிவுகளான காபாலிகம், பாசுபதம் ஆகியவற்றையும் புத்த மதத்தையும் பகடி செய்து எழுதப்பட்டது.

கதை மாந்தர்கள் :

சத்தியசோமா - சைவ மதத்தின் காபாலிகப் பிரிவைப் பின்பற்றும் காபாலிகன்

தேவசோமா - சத்தியசோமாவின் பெண் இணை

நாகசேனன் - புத்தமதத் துறவி

பாப்ருகல்பா - சைவ மதத்தின் பாசுபதப் பிரிவைப் பின்பற்றும் பாசுபதன்

உன்மத்தன் - மனநிலை சரியில்லாதவன்

காபாலிகன் சத்தியசோமா, தனது இணை தேவசோமாவுடன் குடிபோதையில் காஞ்சித் தெருக்களில்

நடப்பதாக நாடகம் துவங்குகிறது. கள்ளுக்கடையில் இருந்து வெளியில் வரும் இருவரும் மதுவின் மயக்கத்தில் தள்ளாடிக்கொண்டு வருகின்றனர். தன் இணையின் பெயர் தேவசோமா என்பதை சோமதேவா எனப் போதையில் உளறுகிறான் காபாலிகன் சத்தியசோமா. இதனால் தேவசோமா கோபம் அடைகிறாள். அவளது கோபத்தைக் கண்ட சத்தியசோமா இனிமேல் மது அருந்துவது இல்லை எனச் சமாதானப்படுத்துகிறான். ஆனால் தேவசோமா தன்பொருட்டு, மோட்சம் செல்வதற்காக தாங்கள் செய்து கொண்ட சபதமான மது குடிப்பதைத் தவிர்ப்பது காபாலிகனுக்கு அழகல்ல, எனவே மதுவைத் தவிர்க்க வேண்டாம் என்கிறாள். அதை ஒத்துக்கொள்ளும் சத்தியசோமா சிவனைப் புகழ்கிறான்.

துன்பப்பட்டு மோட்சம் செல்வது புத்தர்களின் வழி, இன்பத்தின் வழியே மோட்சம் அடைவதுதான் காபாலிகர் வழி எனக் கூறுகிறாள் தேவசோமா.

மது குடிக்கமாட்டேன் எனப் புத்தமதக் கருத்தைக் கூறி பாவம் செய்த நாக்கை மதுவை வைத்துக் கழுவவேண்டும் என்கிறான் சத்தியசோமா. இவரும் காஞ்சியின் தெருக்களில் அலைந்து மற்றொரு கள்ளுக்கடையைக் கண்டடைகின்றனர்.

காபாலிகர்கள் மனித கபால மண்டை ஓட்டை உணவருந்தும் பாத்திரமாகப் பயன்படுத்துபவர்கள். கள்ளுக்கடையில் மது அருந்துவதற்காக தன் கபால ஓட்டை தேடும் போது அது காணாமல் போனதை அறிகிறான் சத்தியசோமா. தன் இணை தேவசோமாவிடம் வினவுகிறான். அவளோ நீண்ட நேரம் சிந்தித்து முதலில் மது அருந்திய கள்ளுக்கடையில் மறந்து வைத்திருப்போம் என்கிறாள். ஆபத்துக்குப் பாவமில்லை என்பதால் தற்போது பசுமாட்டுக் கொம்பில் மது வாங்கிக் குடித்துவிட்டு அந்தக் கள்ளுக்கடைக்குச் சென்று கபாலத்தைத் தேடுவோம் என்கிறான் சத்தியசோமா. அக்கடையில் மது அருந்தி விட்டு, இருவரும் சேர்ந்து முதலில் மது அருந்திய கள்ளுக்கடைக்கு வருகின்றனர். அங்கும் கபாலத்தைக் காணாது சத்தியசோமா மிகுந்த வருத்தமடைகிறான். காபாலிகனின் அடையாளமான கபாலத்தைத் தொலைத்துவிட்டதை எண்ணிப் புலம்புகிறான். கபால கிண்ணத்தில் சிறிதளவு வறுத்த கறி இருந்ததால் அதை ஒரு நாய் எடுத்திருக்க வேண்டும் அல்லது புத்தத்துறவி எடுத்திருக்க வேண்டும் எனக் கூறுகிறான். இருவரும்

சேர்ந்து காஞ்சித் தெருக்களில் கபாலத்தைத் தேடி அலைகின்றனர்.

அப்போது புத்த துறவியாகிய நாகசேனா மேலாடைக்குள் தனது பிச்சைப் பாத்திரத்தை மறைத்து வைத்தபடி நடந்து செல்கிறான். அவன் ஒரு வணிகரின் வீட்டில் விருந்தை முடித்துவிட்டு தன் மடத்தை நோக்கிச் சென்று கொண்டிருக்கிறான்.

அவனைக் கண்ட தேவசோமா, புத்த துறவி தனது ஆடைக்குள் எதையோ மறைத்து எடுத்துச் செல்வதாக சத்தியசோமாவிடம் கூறுகிறாள். இருவரும் நாகசேனாவை துரத்திச் செல்கின்றனர். குடிகாரர்களிடம் இருந்து தப்பிக்க நாகசேனா வேகமாக நடக்கிறான். திருடிவிட்டுத் தப்பி ஓடுவதாக சத்யசோமா நினைத்துக் கொள்கின்றான்.

நாகசேனாவிடம் அந்தப் பாத்திரத்தைக் காட்டும்படி சண்டை- யிடுகிறான் சத்தியசோமா. புத்த மரபின்படி யாசகப் பாத்திரத்தைப் பகலில் மறைத்து வைக்கவேண்டும், யாருக்கும் காட்டக் கூடாது என்கிறான் நாகசேனா. அதனால் கோபமடைந்த சத்தியசோமா அவனது மேலாடையைப் பிடித்து இழுக்கிறான். "ஓ புத்தரே!" எனக் கூக்குரலிடுகிறான் நாகசேனா. "திருட்டுக்குரிய கடவுள் கரபதனை அழை" என்கிறான் சத்தியசோமா. இருவருக்கும் இடையில் சச்சரவு மூள்கிறது. இடையில் புகுந்த தேவசோமா மதுவைக் குடித்துவிட்டுச் சோர்வின்றி வாதம் செய் என சத்தியசோமாவிற்கு மாட்டுக் கொம்பில் இருக்கும் மதுவைக் கொடுக்கிறாள். பிறகு அவளும் குடிக்கிறாள். பகிர்ந்து உண்பதே காபாலிக தர்மம் என மிச்சம் இருக்கும் மதுவைப் புத்த துறவி நாகசேனாவிற்கு கொடுக்கிறாள். புத்த துறவிக்குக் குடிக்க ஆசையிருந்தாலும் பிறர் பார்த்துவிடுவார்கள் எனத் தவிர்க்கிறான். தன்னை செல்ல அனுமதிக்குமாறு கெஞ்சுகிறான்.

சத்தியசோமா தனது கபால ஓட்டைக் கொடுத்துவிட்டால் செல்ல அனுமதிப்பதாகக் கூறுகிறான். நாகசேனாவோ எதுவும் தெரியாதது போல் எந்த கபால ஓடு என்கிறான். இதனால் கோபமடைந்த தேவசோமா புத்த துறவியின் தலை முடியைப் பிடித்து இழுக்க நினைக்கிறாள். ஆனால் புத்த துறவிகள் தலையை மொட்டை அடித்துக் கொள்வதால் அவளால் முடியைப் பிடிக்க இயலவில்லை. அதனால் தவறிக் கீழே விழுகிறாள். அதைக் கண்டு சிரித்த நாகசேனா தலையை மழித்துக் கொள்ளும்படி சொன்ன புத்தருக்கு நன்றி கூறுகிறான்.

தன் இணை கீழே விழுந்ததால் ஆத்திரமடைந்த சத்தியசோமா நாகசேனாவின் தலையில் உள்ள கபாலத்தைத் தனது புதிய கபால கிண்ணமாக்கப் போவதாகக் கூறி நாகசேனாவை தாக்க முற்படுகிறான்.

அப்போது பாப்ருகல்பா எனும் பெயருடைய பாசுபதன் அங்கு வருகிறான். முன்னொரு காலத்தில் தேவசோமா இந்த பாசுபதனின் நாயகியாக இருந்தாள், அவளைச் சிப்பிகளைக் காட்டி தன் பக்கம் இழுத்துக் கொண்டான் சத்தியசோமா. அந்நிகழ்விற்குப் பழிவாங்க இந்த சச்சரவைப் பெரிதாக்கிப் பயன்படுத்திக் கொள்ள நினைத்தான் பாசுபதன்.

குரலை உயர்த்தி நாகசேனனிடம் கபாலத்தை எடுத்தாயா எனக் கேட்டான் பாசுபதன். பயந்து போன நாகசேனா, புத்த மத தர்மங்களைக் கூறி அதன்படி வாழும் தான் கபாலத்தை எடுக்கவில்லை என்றான். அப்படியென்றால் ஆடைக்குள் இருக்கும் கிண்ணத்தைக் காட்ட வேண்டியது தானே என அனைவரும் வலுக்கட்டாயமாகப் புத்த துறவியின் பிச்சை கிண்ணத்தைக் காட்ட வைக்கின்றனர். அதைக் கண்டதும் மது போதையில் தனது கபாலம் என நினைத்து காபாலிகன் ஆனந்தத்தில் துள்ளிக் குதிக்கிறான். “உன் மண்டையோட்டிற்கும் என் பிச்சை பாத்திரத்திற்கும் நிற வித்தியாசம் தெரியவில்லையா” எனக் கேட்கிறான் நாகசேனா. “உன் நிறம் மாற்றும் திறனால் என் கபாலத்தின் நிறத்தை மாற்றிவிட்டாய்” என்கிறான் சத்தியசோமா. எப்போதும் மதுவின் மணம் வீசும் கபாலம் புத்த துறவி கை பட்டு இப்படி அழுக்கடைந்து விட்டதே எனப் புலம்புகிறாள் தேவசோமா.

நிறத்தை மாற்றிவிடலாம், வடிவம் எப்படி மாறும் எனக் கேட்கிறான் நாகசேனா. மந்திர தந்திர புத்த துறவிகள் வடிவத்தையும் மாற்றுவார்கள் என்கிறான் சத்தியசோமா. குடிகாரர்களுடன் இதற்கு மேல் வாதம் செய்ய முடியாது என்பதால் தனது பிச்சைப் பாத்திரத்தைக் கொடுத்துவிடுவதாகக் கூறினான் நாகசேனா.

இருவரின் வாதங்களையும் கேட்டுக் கொண்டிருந்த பாசுபதன் இந்த வழக்கை தன்னால் தீர்க்க முடியாது, நீதிமன்றத்துக்குச் செல்லலாம் என்கிறான். நீதிமன்றத்துக்குச் சென்றால் பணத்தைக் கொடுத்து நீதிபதிகளை புத்த துறவி வாங்கிவிடுவான் எனக்

கூறுகிறாள் தேவசோமா. தம்மிடம் நேர்மை இருந்தால் நீதிமன்றத்தில் நீதி கிடைக்கும் என உறுதி கூறுகிறான் பாசுபதன். அனைவரும் சேர்ந்து நீதிமன்றம் நோக்கி நடக்கின்றனர்.

அப்போது ஒரு உன்மத்தன் ஒரு நாயிடம் சண்டையிட்டு கபால ஓட்டை பறித்து வருகிறான். அதில் கிடந்த கறித்துண்டைச் சுவைக்கிறான். உன்மத்தன் பாசுபதனிடம் கபால ஓட்டை அன்பளிப்பாகத் தருகிறான். அதை காபாலிகன் சத்தியசோமாவிடம் கொடுக்கும்படி கூறுகிறான் பாசுபதன். சத்தியசோமாவின் காலில் கபாலத்தை வைத்து வணங்குகிறான் உன்மத்தன். சத்தியசோமா குனிந்து எடுக்க முற்படும் போது அதை எடுத்துக் கொண்டு ஓடுகிறான் உன்மத்தன். பிறகு அனைவரும் சேர்ந்து விரட்டிச் சென்று உன்மத்தனிடம் இருந்து கபால ஓட்டை மீட்டு சத்தியசோமாவிடம் தருகிறார்கள்.

சத்தியசோமாவும் தேவசோமாவும் கபாலம் திரும்பக் கிடைத்த மகிழ்ச்சியில் ஆடினர். பாசுபதனுக்கு நன்றி தெரிவித்தனர். புத்த துறவியிடம் மன்னிப்பு கேட்டனர். பிறகு அனைவரும் மகிழ்ச்சியாகச் சென்றனர்.

*****

## சமகால சத்தியசோமா

"இந்த மத்தவிலாச அங்கதம் கதையை முழுக்கப் படிச்சிட்டேன். இதுக்கும் இந்த வழக்குக்கும் என்ன தொடர்பு? புரியலயே?"

"மறைமலை அடிகளாருக்கு சமஸ்கிருத நாடகங்களைப் பற்றி ஆராய்ச்சி செய்வது ரொம்பப் பிடிக்கும். சாகுந்தல நாடக ஆராய்ச்சி அப்படின்னு ஒரு புத்தகம் எழுதியிருக்கார். அதற்கு அடுத்து அவர் ஆராய்ச்சி செய்த நாடகம் இந்த மத்த விலாச பிரகசனம். தமிழ்ல மத்த விலாச அங்கதம். அப்பதான் அவருக்கு சில அதிர்ச்சியான உண்மைகள் தெரிய வந்தது."

"என்ன உண்மைகள்?"

"இந்த கதையில் வரும் சத்தியசோமா, தேவசோமா ரெண்டு பேரும் மகேந்திரவர்மனோட கற்பனை கிடையாது. உண்மையாகவே இருந்த மனிதர்கள். காபாலிக மதத்தைச் சேர்ந்தவங்க. புத்த பிக்குவுடன் ஏற்பட்ட வாக்குவாதத்திற்குப் பிறகு அவங்க காஞ்சியில் இருந்து காபாலிகர்களோட முக்கிய தலமான காசிக்கு யாத்திரை போவதற்காக கிளம்புனாங்க. அவங்க கூட இன்னும் மூனு காபாலிகர்களும் வந்தாங்க. காபாலிக மதத்தை வெறுக்கும் பிறமத ஆட்கள் ஒன்னு சேர்ந்து அவங்களை பின் தொடர்ந்து வந்து காஞ்சியைத் தாண்டி ஊருக்கு வெளியில் ஆள் நடமாட்டம் இல்லாத இடத்தில் அந்த அஞ்சு பேரையும் கொலை பண்ணிட்டாங்க. அவங்க கொலை செய்யப்பட்ட இடம்தான் பல்லவபுரம்."

“அதாவது பல்லாவரம்?”

“இன்னும் குறிப்பா சொல்லப்போனா இப்ப ஆரச்சாலை இருக்கே அந்த இடம். காபாலிகர்கள் தாந்த்ரீக சக்தி உள்ளவங்க. அவங்க அகாலமா கொலை செய்யப்பட்டதால நாட்டுல நிறைய கெட்ட விடயங்கள் ஏற்பட ஆரம்பிச்சது. இதுக்கெல்லாம் பரிகாரமா மகேந்திரவர்மன் அந்த அஞ்சு பேருக்கும் ஒரு குடைவரை கோவிலை பல்லவபுரம் மலையில் கட்டினான். அவர்கள் கொல்லப்பட்ட இடத்தில் ஒரு பெரிய ஏரியை வெட்டினான் மகேந்திரவர்மன். அந்த ஏரிதான் பல்லாவரம் பெரிய ஏரி. அந்த ஏரிக்கு மேல தான் இப்ப ஆரச்சாலை இருக்கு.”

“இதுக்கு எதாவது ஆதாரம் இருக்கா?”

“இப்ப நடக்கிற தொடர் விபத்து தான் ஆதாரம். நம்புறதும் நம்பாததும் நம்ம விருப்பம். இது எல்லாமே செவி வழிச் செய்திதான். 50, 100 வருசத்துக்கு முன்னாடி கொடுத்த செங்கோல் கதைக்கே ஆதாரம் இல்ல. 1400 வருச வரலாறுக்கு எப்படி ஆதாரம் இருக்கும்?”

“இந்த தொடர் விபத்து எப்படி ஆதாரமாகும்?”

“இங்க நடந்த முதல் விபத்து பத்தி உங்களுக்குத் தெரியுமா?”

“தெரியுமே. ரெண்டு விக்டிம். ஒரு பார்ட்டிக்கு போய்ட்டு வரும் போது பைக் ஆக்ஸிடெண்ட்ல இறந்துட்டாங்க.”

“அவங்க பெயர் என்ன?”

“பையன் பேரு சத்யா. பொண்ணு பேரு தேவி.”

“மத்தவிலாச அங்கதத்தில் வரும் சத்யசோமா, தேவசோமா மாதிரியே இல்ல? அதே மாதிரி ரெண்டு பேரும் கள் குடிச்சிட்டு இந்த சாலையில் வர்றப்ப சாகலையா?”

ஆல்டோவின் அருகில் அமர்ந்திருந்த ஜெகதீசனுக்குப் புல்லரித்தது.

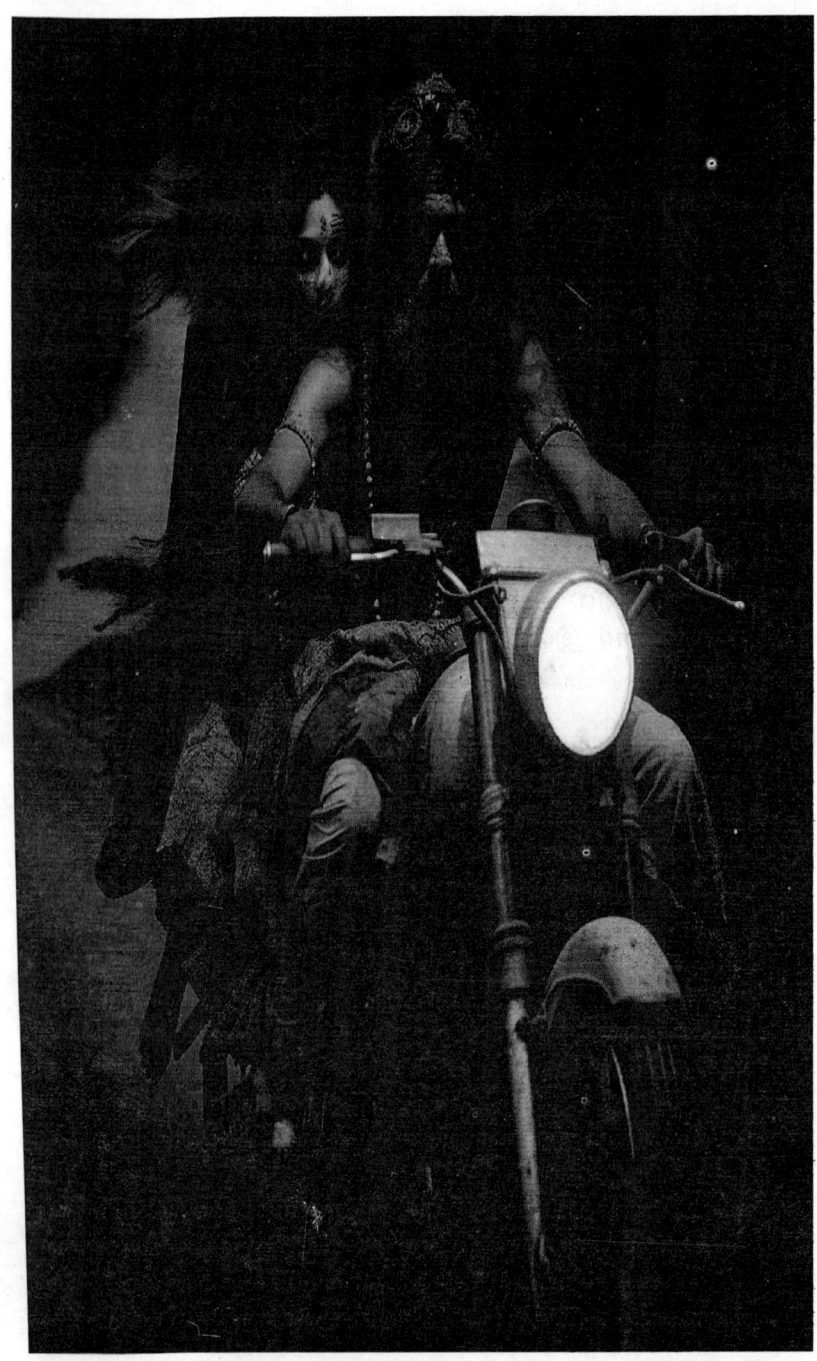

“1400 வருசமா அவங்க ஆவி இந்த இடத்தில் இருக்குன்னு சொல்றீங்களா?”

“ஆமா. காபாலிகர்களோட தாந்த்ரீக சக்தியை சாதாரணமா நினைக்காதீங்க. சத்யசோமா தேவசோமா இறந்தபிறகு மகேந்திரவர்மனோட படைகள் அந்த கொலைக்குக் காரணமான நிறையப் பேரை சிரச்சேதம் செஞ்சாங்க. அதற்குப் பிறகும் இந்த இடம் அமைதியாகவே இல்ல. கொலை, கொள்ளை வழிப்பறின்னு அகால உயிரிழப்புகள் இருந்துக்கிட்டே இருந்தது. அதுக்கெல்லாம் காரணம் சத்யசோமா, தேவசோமா ஆவிதான்னு அரச சோதிடர்கள் சொன்னாங்க. அந்த ஆவிகளைச் சாந்தப்படுத்தப் பெரிய ஏரியை உருவாக்குனாங்க. அமைதியான தெளிந்த ஏரி நீரைக் கண்ட சூக்கும சரீரம் அமைதியடையும். அதனால தான் நீர்நிலைகள் அருகே இறந்த உயிருக்கான இறுதிக் காரியம் செய்றோம். பெரிய ஏரியையும் குடைவரைக் கோவிலையும் உருவாக்கிய பிறகு காபாலிக ஆவிகளான சத்தியசோமா, தேவசோமா ஆவிகள் அமைதியாயிருந்துச்சு. ஆனால் இப்ப ஆரச்சாலை அமைத்துப் பாதி ஏரியை மூடிட்டோம். அந்த கோவிலும் தர்கா ஆயிடுச்சு. அதனால துர்மரணங்களை திரும்ப ஏற்படுது. இது நாட்டுக்கே நல்லதில்ல.”

“இதை நிறுத்த என்னதான் வழி?”

“மகேந்திரவர்மன் செய்ததைத் திரும்பச் செய்வதுதான் ஒரே வழி. ஆரச்சாலையை வெட்டி திரும்பவும் பல்லாவரம் பெரிய ஏரியை உருவாக்கனும். அவங்க ஆத்மா சாந்தி அடைய உருவாக்குன குடைவரை கோவில் இப்ப தர்காவா இருக்கு. அதைத் திரும்பக் கோவிலா மாத்தி காபாலிக பூசை செய்யனும்”

திரும்பி வரும்போது ஜெகதீசன் கூறினார்.

“இவர் சொல்றது எல்லாமே உண்மைன்னு தோணுது சார். இந்த ஏரியாவே சுடுகாடா இருந்தது தான். பல்லாவரம் ஏரி மேல தான் ரோடு போட்டாங்க.”

“ம்ம்.”

“பேசாம ரேடியல் ரோட்டை திரும்பவும் ஏரியாக்குறது நல்லது.

அந்த தர்காவையும் கோவில் ஆக்கனும். அப்ப தான் பிரச்சனை சரியாகும்."

"ஆவி தான் ஆக்ஸிடெண்ட்ஸ்க்கு காரணம்ன்னு ரிப்போர்ட் கொடுத்தா எல்லாரும் என்ன நினைப்பாங்க??"

"மத்தவங்க என்ன வேணா நினைக்கட்டும் சார். உண்மை இது தானே? இதை நம்ம சொல்லித்தான் ஆகனும்."

ஆனால் ஆல்டோவின் சிந்தனை அடுக்குகளில் வேறொரு உண்மை ஊடுருவ ஆரம்பித்தது.

★★★★★★

## வலை விரிப்போம்

சந்திரா ஸ்டோர் மேலாளர் இராஜமாணிக்கம் கொடுத்த அந்த வெள்ளைத்தாளில் எழுதப்பட்டிருந்த இரண்டு பெயர்கள்,

1. முருகன் ஸ்டோர்
2. ஏபிடி கன்ஸ்டிரக்சன்

திருநாவுக்கரசை அழைத்தான்.

"முருகன் ஸ்டோர் பத்தி விசாரிக்கச் சொல்லி-யிருந்தனே?"

"சந்திரா ஸ்டோர், முருகன் ஸ்டோர் எல்லாமே பக்கத்துப் பக்கத்து ஊர்க்காரங்க சார். ஒருவகையில் சொந்தக்காரங்க. முருகன் ஸ்டோர் இப்ப மெயின் ஜி.எஸ்.டி ரோடுல இருக்கு. அதேநேரம் சந்திரா ஸ்டோர் ரேடியல் ரோடுல திறக்கப் போறாங்க. இதனால முருகன் ஸ்டோருக்கு வியாபாரம் குறையுங்கிறது உண்மை. அவங்க இதைப் பண்ண மோடிவ் இருக்கு. ஆனா....."

"என்ன ஆனா....?"

"என்னோட நண்பர் ஒருத்தர் ஆடிட்டரா இருக்கார். அவங்க டீம் தான் முருகன் ஸ்டோர் ஆடிட்டிங் பாக்குறது."

"அந்த நங்கநல்லூர் ஆடிட்டரா?"

"ஆமா அவர்தான். இந்த விசயம் வந்த உடனே அவர்கிட்ட கேட்டேன். முருகன் ஸ்டோர் நிதிநிலைமை இப்ப சரியில்லையாம். நிறையா டிஃபால்ட். கடன் எக்கச்சக்கம். பனகல் பார்க் நகைக்கடையை பேங்க் சீல்

வச்சுட்டாங்க. முருகன் ஸ்டோர் பெரியவர் போன பிறகு மேனேஜ்மெண்ட் சரியில்ல."

"இப்ப யார் பார்த்துக்கிறா?"

"இப்ப மேனேஜ் பண்றது பெரியவரோட பையன் தான். அவருக்கு அமெரிக்கால செட்டில் ஆகனும்ன்னு ஆசை போல. அதனால கடைகளை எல்லாம் விலை பேசிட்டு இருக்கார்ன்னு என் ஃபிரெண்ட் சொல்றார்."

"நம்பகமான தகவலா?"

"நகைக்கடை சீல் வச்சது பேப்பர்லயே வந்தது. நம்ம எல்லாருக்கும் தெரியும். இங்க குரோம்பேட் கடையிலயும் புது சரக்கு எதுவுமே வரல. 1400 பேர் வேலை பார்த்த இடத்தில் இப்ப 500 பேர் தான் இருக்காங்க. இதையெல்லாம் வச்சுப் பார்த்தா ஆடிட்டர் சொல்றது உண்மை தான்."

"அப்ப முருகன் ஸ்டோருக்கு இதுல தொடர்பு இல்ல?"

"விற்கப் போற கடைக்கு எதுக்கு சார் இவ்ளோ ரிஸ்க் எடுத்து கிரிமினல் கேஸ்ல இன்வால்வ் ஆகப் போறாங்க? அதுவும் அமெரிக்கால செட்டில் ஆகிற மூட்ல இருக்கவங்க?"

"அதை மட்டும் வச்சு நம்ம முடிவு எடுத்திற முடியாது"

"தனிப்பட்ட முறையில் முருகன் ஸ்டோர் பெரியவரோட பையன் நல்லவர்ன்னு தான் என் ஃபிரெண்ட் சொன்னான். ஆடிட்டிங்ல சின்ன அட்ஜெஸ்ட்மெண்ட் கூட வேணாம்ன்னு சொல்லிடுவாராம். இன்னொன்னு, அல்ரெடி நிறுவனம் கடன்ல இருக்கும் போது தேவையில்லாம இன்-டைரக்ட்டா கிடைக்கப் போற பலனுக்காக அறிவு இருக்க எவனும் எனர்ஜியை வீணடிக்க மாட்டான் சார்."

"ஓகே. அந்த ஏபிடி கன்ஸ்டிரக்சன் பத்தி?"

"இப்ப சந்திரா ஸ்டோர் பில்டிங் கட்டிட்டு இருக்க இடத்தை

முதல்ல அப்ரோச் பண்ணது ஏபிடி கன்ஸ்டிரக்சன் தான். ஆனா சந்திரா ஸ்டோர் போட்டிக்கு வந்து வாங்கிட்டாங்க. அந்த கடுப்பு அவங்களுக்கு இருக்கு."

"ஸ்டிராங் மோடிவ்"

"அது மட்டும்மில்ல. ஏபிடி கன்ஸ்டிரக்ஷன் ரொம்ப வருசமா சென்னையில் ரியல் எஸ்டேட் பண்ற குரூப். அண்ணன், தம்பி அப்படின்னு ரெண்டு பேர் ஓனர்ஸ். எல்லா புரோக்கர், கட்டப்பஞ் சாயத்து கும்பல் கூடவும் டச்ல இருக்க ஆளுங்க."

"ஆனா இந்த விசயத்தில் ரியல் எஸ்டேட் கட்டப்பஞ்சாயத்து குரூப் மாதிரி முரட்டுத்தனமான ஆட்கள் இன்வால்வ் ஆகி இருக்க வாய்ப்பு கம்மி. ஏதோ மூளையுள்ள ஆள் இருக்கனும்."

"சார், மோடிவ் இருக்கு. குற்றப் பின்னணியும் இருக்கு. பண்றதுக்கான சூழலும் இருக்கு. கைவசம் பணமும் இருக்கு. தைரியமும் இருக்கு. இன்னொன்னு ஓனர்ஸ் ரெண்டு பேருமே நல்லா படிச்ச அறிவாளிங்க தான்"

"ரெண்டு பேரையும் மானிட்டர் பண்ண ஆள் போடுங்க. கம்பெனிக்கு அடிக்கடி வந்து போறவங்க டிடெயில்ஸ், வெளிநாட்டு பயண டிடெயில்ஸ், மேஜர் டிரான்ஷாக்சன் டிடெயில்ஸ் கலெக்ட் பண்ணனும். முடிஞ்சா மொபைல் கால் லிஸ்ட். கம்பெனியில் யாரையாவது இன்பார்மர் ஆக்கமுடியுமான்னு பாருங்க."

"ஆனா... இதுல நமக்கு லீட் கிடைக்குமா சார்?"

"ஃபுட் பால்ல கோல் அடிக்கனும்னா பந்தை முதல்ல கோல் போஸ்ட் பக்கம் கொண்டு போகனும். அங்க கொண்டு போய்ட்டா மட்டும் கோல் விழுந்திருமான்னு நினைச்சா எப்பவுமே கோல் போட முடியாது."

"எனக்கு இவங்க மேல ஒரு ஸ்டிராங் சந்தேகம் இருக்கு சார். இதுவரை நம்ம விசாரிச்சதுலயே எல்லா பாக்ஸூம் டிக் ஆகுறது இவங்களுக்கு தான். மோடிவ் இருக்கு, பலம் இருக்கு, ஆள் இருக்கு எல்லாமே...."

“இவங்க இன்னைக்கு சிட்டியில் இருக்க பெரிய ரியல் எஸ்டேட் குரூப்ஸ்ல ஒன்னு. மேல்மட்ட அரசியல்வாதிகள், அதிகாரிகள்ல இருந்து கீழ்மட்ட ஊழியர்கள் வரை இன்ஃப்ளுயன்ஸ் இருக்க ஆளுங்க. எந்த ஆதாரமும் இல்லாம நேரடியா போய் டக்குன்னு விசாரிச்சுற முடியாது. அதேமாதிரி நம்ம விசாரிக்கிறோம்ன்னு தெரிஞ்சு அவங்க உஷார் ஆயிட்டா நம்ம வேலை இன்னும் கஷ்டம் ஆயிரும்.”

“புரியுது சார். ஆனா இந்த விசயத்தில் நம்ம போல்டா ஏதாவது ஒரு ஸ்டெப் எடுத்தே ஆகனும் சார்.”

“ஒரு கேஸ்ல கிரிமினல் சிக்குறது டொமினோ எஃபெக்ட் தான். முதல் காயின் விழுகாத வரை எல்லாமே நல்லா இருக்கதா தோனும். ஒரு காயின் விழுந்துட்டா அதுக்கடுத்து கடகடன்னு எல்லா காயினும் விழுந்துரும். நம்ம வேலை அந்த முதல் காயினை கண்டுபிடிச்சு தட்டிவிடுறது மட்டும் தான். லெட் அஸ் டிரை. வலையை விரிப்போம்.”

“நான் வேணா ஏபிடி கன்ஸ்டிரக்சன் போய் இன்டைரக்ட்டா விசாரிச்சுப் பார்க்கவா சார்?”

“இப்ப வேணாம். முதல்ல சத்யா தேவி கேஸ் ரிப்போர்ட்டை முடிச்சுருங்க. அதுல இன்னும் நிறைய கிளாரிட்டி வரவேண்டி இருக்கு.”

திருநாவுக்கரசு சென்ற பின் ஆல்டோ எழுந்து காவல் நிலையத்திற்கு வெளியில் சென்றான். தூரத்தில் ஜெகதீசன் நிற்பது தெரிந்தது. ஆல்டோ அவரை நோக்கி நடந்தான்.

“செல்வ இளங்குமரன் சொன்ன தர்கா எங்க இருக்கு?”

“எந்த தர்கா சார்?”

“பல்லவ மன்னன் மகேந்திர வர்மன் கட்டிய குடைவரை கோவில், இப்ப தர்காவாக இருக்குன்னு சொன்னார்ல அது?”

“அது பஞ்ச பாண்டவர் தர்கா.”

"சரி. அங்க போகலாம் வாங்க"

அதிர்ந்த ஜெகதீசன் ஒரு நொடி நிமிர்ந்து பார்த்தார்.

"அந்த தர்காவிற்கா?"

★★★★★

## பல்லவர் தர்ஹா

"அந்த தர்காவிற்கா?"

"ஏன் சார்? அந்த தர்காவுக்கு என்ன?"

"பொதுவா இருட்டுன பிறகு யாரும் அந்த பக்கம் போக மாட்டாங்க. இப்பவே ஈவினிங் ஆயிடுச்சு. காலை- யில போலாமா?"

"போலிஸ் இன்ஸ்பெக்டர் பேசுற பேச்சா இது? கிளம்புங்க சார்."

ஆல்டோ தனது காரில் ஏறச் சென்றான்.

"கார் எல்லாம் அந்த ரோட்டுக்கு ஒத்து வராது. உங்களுக்கு ஓக்கேன்னா என்னோட டூவீலர்ல போலாம்."

இருவரும் ஹெல்மெட் அணிந்து கொண்டு கிளம்பினர். பல்லாவரம் தர்கா சாலையின் முடிவில் இருந்தது அந்த "பஞ்ச பாண்டவர் தர்கா". அவர்கள் சென்ற நேரம் தர்கா அடைக்கப்பட்டு இருந்தது. அந்த வித்தியாசமான தர்காவை ஆல்டோ சுற்றிச் சுற்றிப் பார்த்தான்.

"இனி திறப்பாங்களான்னு தெரியலயே சார். உள்ள போய் பார்க்கனுமா?"

ஆல்டோ யோசித்தான்.

"வேணாம். எனக்கு இந்த தர்காவோட வரலாறு தெரிஞ்ச யார் கிட்டயாவது பேசினா போதும்."

“நம்ம வந்த வழியில் மெயின் தர்கா இருக்கு. அங்க இருக்க இமாம் எனக்கு நல்ல பழக்கம். நல்ல படிப்பாளியும் கூட. லோக்கல் ஸ்டேசன் ஹெல்ப்னா நம்ம கிட்ட தான் வருவார். அவர்ட்ட கேட்டா ஏதாவது தெரியும்னு நினைக்கிறேன்.”

“சரி வாங்க அங்க போலாம்.”

ஹஸரத் சையது பத்ரூதின் தர்கா என எழுதப்பட்டிருந்த அந்த தர்காவின் இமாமை சந்திக்க அழைத்துச் சென்றார் ஜெகதீசன்.

இமாம் ஹுசேன், மிகவும் வயதானவராக இருந்தார், ஜெகதீசன் அறிமுகம் செய்த உடன், மிகவும் நட்பாக ஆல்டோவுடன் கைகுலுக்கினார்.

“சொல்லுங்க சார். உங்களுக்கு என்ன தெரியனும்?”

“ஒரு கேஸ் சம்பந்தமா இப்ப விசாரிச்சிட்டு இருக்கோம். பல்லவர் கால குடைவரை கோயில் அதை இப்ப தர்காவா இருக்கதா சொல்றாங்க. அதைப்பத்தி கேட்கனும்.”

“மவுலியா அலி தர்கா பத்தி கேட்குறீங்களா?”

“இப்ப அங்கதான் போய்ட்டு வர்றோம். மவுலியா அலி தர்கான்னு போட்டுருந்துச்சு. அதோட வரலாறு என்ன? அதுக்குப் பின்னாடி இருக்க கதை என்ன?”

“அந்த தர்கா கிட்டத்தட்ட 400 வருசம் பழமையானது. கற்காலத்தில் இருந்தே இந்த பல்லாவரம் இராணுவ ரீதியாகவும், அரசாங்க ரீதியாகவும் ரொம்ப முக்கியமான ஊர். பல்லாவரத்தில் இருந்து 2000 வருசத்துக்கு முந்தைய முதுமக்கள் தாழியைத் தொல்பொருள் ஆராய்ச்சியாளர்கள் எடுத்திருக்காங்க.”

“பல்லாவரத்தை கீழடி மாதிரி சொல்றீங்க?”

“கீழடி மாதிரியே தான். அலெக்ஸாண்டர் ரியா அப்படிங்கிற வெள்ளைக்காரர் கிட்டத்தட்ட 150 வருசத்துக்கு முன்னாடியே பல்லாவரத்தில் இருந்து இரண்டாயிரம் ஆண்டுகள் பழமை வாய்ந்த

terracotta coffin அதாவது முதுமக்கள் தாழியை கண்டுபிடிச்சார். அதோட அர்த்தம் என்னன்னா இந்த ஊர் 2000 வருசமா இதே முக்கியத்துவத்தோட இருந்துட்டு வந்திருக்கு. அப்படி ஆங்கிலேயர் வியாபாரம் பார்க்க வந்த காலத்திலும் அதே முக்கியத்துவத்தோட இருந்தது."

"ஓக்கே?"

"சுமார் 400 வருசத்துக்கு முன்னாடி அந்த தர்கா இருக்க மலை மேல ஒரு சிங்கம் இருந்துருக்கு. அது இந்த ஊர் மக்கள் நிறைய பேரை தாக்கிருக்கு. அதனால இந்தப்பக்கம் யாருமே வரத்தயங்குனாங்க. அதைக் கேள்விப்பட்ட பல்லாவரம் வெள்ளைக்கார இராணுவம் துப்பாக்கியோட சிங்கத்தை வேட்டையாட கிளம்பி வந்துருக்காங்க. கூடவே ஊர் பொதுமக்களும் வந்திருக்காங்க. ரொம்ப நேரம் துப்பாக்கியில் சுட்டும் அந்த சிங்கத்தை கொல்ல முடியல. எல்லாரும் டயர்ட் ஆயிட்டாங்க. துப்பாக்கியிலும் குண்டு தீர்ந்திடுச்சு. அதுவரை ஒளிஞ்சு போக்கு காட்டுன சிங்கம் இப்ப வெளில வந்து எல்லாரையும் தாக்குறதுக்கு ஆக்ரோசமா நின்னது. பொது மக்களும் இராணுவமும் பயந்து கத்துனாங்க. அப்ப எங்கிருந்தோ திடீர்னு ஒரு இஸ்லாமிய துறவி வந்தார். அவரோட அமைதியான முகத்தைப் பார்த்த உடனே அந்த சிங்கம் அமைதியாகிடுச்சு. பொதுமக்களுக்கு தொல்லை இல்லாம அந்த சிங்கத்தை துரத்திட்டார். கொஞ்ச நேரத்தில் அவரும் மறைஞ்சிட்டார். அதுக்குப் பிறகு தான் தெரியுது. அவர் இறைத்தூதரோட மருமகன் அலி அப்படின்னு. அதனால அவர் நினைவா அந்த இடத்தில் தர்கா நிறுவுனாங்க. அது தான் நீங்க பார்த்த மவுலியா அலி தர்கா."

"இந்த கதை நம்புற மாதிரியே இல்லயே. இறைத்தூதர் மருமகனோட காலம் சுமார் 1400 வருசங்களுக்கு முன்னாடி. ஆனா நீங்க சொல்ற இந்த நிகழ்ச்சி நடந்தது 400 வருசத்துக்கு முன்னாடி. கதைன்னாலும் லாஜிக் வேண்டாமா?"

"இந்த கதை ஆக்சுவலா ஒரு metaphor. கவிதைகள்ல வர்ற மாதிரி ஒரு படிமம். இங்க மக்களை துன்பப்படுத்திய சிங்கம் என்பது ஒரு குறியீடு. உதாரணமா அது சாதிய அடக்குமுறைன்னு வச்சுக்கலாம். அதை ஒழிக்க ஆங்கிலேயரும் முயற்சி பண்ணுனாங்க, ஆனா முடியல. அப்ப மக்களுக்குத் துன்பம் தந்த சிங்கத்தை,

அதாவது சாதிய அடக்குமுறை மாதிரி ஒரு கொடுமையைத் தீர்த்து வைத்தவர் மவுலியா அலி, அதாவது அவர் இஸ்லாமின் குறியீடு. இஸ்லாமிய தத்துவத்தின் மூலம் ஏதோ ஒரு துன்பத்தில் இருந்து மக்கள் வெளியேறியிருக்கின்றனர் அப்படிங்கிற படிமத்தை தான் இந்த கதை குறிக்குது. இதை நீங்க நேரடியா பொருள் எடுத்துக்கக் கூடாது."

"அந்த தர்கா பல்லவ மன்னர் கட்டின கோவில் அப்படின்னு சொல்றாங்களே அது எப்படி தர்காவா மாறுச்சு?"

"உங்க அப்பா என்ன வேலை பார்த்தாங்க?"

"ஸ்கூல் டீச்சர். அரசுப் பள்ளியில் வாத்தியாரா இருந்தார்."

"உங்க அப்பா வாத்தியாரா இருக்கும் போது உங்க வீட்டை எல்லாரும் வாத்தியார் வீடுன்னு சொல்வாங்க. நீங்க இப்ப போலீஸ் ஆயிட்டீங்க. இப்ப போலீஸ் வீடுன்னு சொல்வாங்க. இங்க உங்க வீடு மாறல. ஆனா அந்த வீட்டோட உரிமையாளர் தங்கள மாத்திக்கிட்டாங்க. அதுமாதிரி தான் இதுவும். அந்த குடைவரை தளம் பல்லவபுரம் மக்களுக்கு சொந்தமானது. அவங்க காபாலிக மதமா இருந்தப்ப அந்தக் கோவில் காபாலிக கோவில். புத்த மதமா இருந்தப்ப அந்த கோவில் புத்த விகாரை. ஒருவேளை சமண மதத்தைப் பின்பற்றியிருந்தால் சமணப் பள்ளி. தங்களுக்கு துன்பம் தந்த சிங்கம் எனும் உருவகத்தை விரட்டிய இஸ்லாமிய துறவியால் இஸ்லாமியராக மாறின பிறகு அந்த இடம் இஸ்லாமிய தர்கா. வாத்தியார் வீடு போலீஸ் வீடா மாறுன மாதிரி அந்த இடத்துக்கு உரிமை உடையவர்கள் எதை பின்பற்றுறாங்களோ அந்த வழிபாட்டுத் தளமா மாறும். இது இங்கன்னு இல்ல உலகம் பூரா, வரலாறு பூரா இப்படித்தான் இருந்துட்டு வருது."

இந்த எளிய விளக்கத்தை கேட்டபிறகு இமாம் மீதான மரியாதை ஆல்டோவிற்கு அதிகரித்தது.

★★★★★

## பாத்திமாவின் கை

"ஆனா அந்த தர்கா பஞ்ச பாண்டவர் கோவில்ன்னு சொல்றாங்களே. இப்பவும் அஞ்சு பாண்டவர்களை குறிக்கிற மாதிரி அஞ்சு விரல் கொண்ட ஒரு கை சிம்பல் அங்க இருக்கே."

"கிரேட்... உங்களுக்கு சிம்பாலஜி பிடிக்குமா? குறியீடுகளை ஆராய்ச்சி பண்றது?"

"ஆர்வம் அதிகம். ஆனா தொழில்முறை பயிற்சி எல்லாம் கிடையாது."

"பரவால. அஞ்சு விரல் காட்டுற உள்ளங்கை கை குறியீடு எதை குறிக்குது?"

"அபயமுத்ரா. அதாவது பயப்படாதே, நான் உனக்கு பாதுகாப்பு கொடுப்பேன்னு அர்த்தம். புத்தர், சமண தீர்த்தங்கரர் தொடங்கி இந்து மத தெய்வங்களோட பல சிலைகள்லயும் இதை பார்க்கலாம். இப்பவும் பயப்படாதன்னு நம்ம பேச்சு வழக்கில் சொல்லும் போது அபயமுத்ராவுக்கு கை தன்னால போகும். கண்டிசண்ட் பாடி லாங்குவேஜ்."

"இந்த அபயமுத்ராவுக்கு இன்னொரு பெயர் இருக்கு பஞ்சா. அதாவது அஞ்சு விரல் இருக்கதால இதோட பெயர் பஞ்சா. காங்கிரஸ் கட்சி இருக்குல, அதோட தேர்தல் சின்னம் இந்த பஞ்சா தான்."

"ஆமா... காங்கிரஸ் சின்னம் பஞ்சா அப்படின்னு எங்கயோ படிச்ச மாதிரி இருக்கு" ஆல்டோ மனதிற்குள் நினைவுபடுத்திப் பார்த்தான்.

“ஆனா ஆதிகாலத்தில் இந்த கை சிம்பல் ஒரு பெண்தன்மைக் குறியீடு. இறப்புகளும் ஆபத்துகளும் நிறைந்த அந்த காலத்தில் தன் சந்ததியைப் பெருக்குவது மட்டுமே மனித இனம் பிழைத்து இருப்பதற்கான ஒரே வழி. சந்ததியைப் பெருக்குவதற்குப் பெண்கள் முக்கியம் என்பதால் அவர்கள் மனித இனத்துக்கு அளிக்கும் பாதுகாப்புக் குறியீடு அதாவது அபயமுத்ரா இந்த கை சின்னம். கேரளாவில் ஒரு கோவில் பாலக்காடு பக்கத்தில் இருக்கு, எமூர் பகவதி அம்மன் கோவில்ன்னு பேரு. அங்க கோவில் கருவறையில் தேவியோட சிலை இருக்காது. அதுக்கு பதிலா கை தான் இருக்கும். இப்படி உலகம் பூரா கை சின்னம் பெண்மையின் பாதுகாப்புக் குறியீடா இருந்துருக்கு.”

“ஆனா அந்த கை சின்னம் எப்படி அந்த தர்கால வந்தது?”

“இந்தியாவில அந்த சின்னம் பேரு பஞ்சா. ஆனா உலக அளவுல அது பேரு கம்சா. அரபி மொழியில் கம்சா அப்படின்னா அஞ்சுன்னு அர்த்தம். ஆபிரகாமிய மதங்கள்ல இந்த கம்சா ஒரு முக்கிய குறியீடு. நெட்ல தேடிப் பாருங்க நிறைய தகவல் கிடைக்கும். இதை Hand of Fatima - பாத்திமாவின் கை அப்படின்னு சொல்வாங்க. பெண்மையின் சின்னம். அந்த பாத்திமா யார்ன்னு தெரியுமா?”

“இல்ல தெரியல”

“இறைதூதர் முகமது நபி ஸல்லல்லாஹு அலைஹி வஸல்லமோட பொண்ணு. முன்ன நம்ம பேசுனமே மவுலியா அலி, அவரோட மனைவி தான் பாத்திமா. அந்த தர்காவில் இருக்கது கம்சாங்கிற சின்னம். பாத்திமாவின் கை. ஆனா அதை பஞ்சா அப்படின்னு நம்ம மக்கள் நினைச்சு அதை பஞ்ச பாண்டவர் கோவில்ன்னு சொல்றாங்க.”

“உண்மையில் நாங்க இங்க விசாரிக்க வந்தது ரேடியல் ரோட்ல நடக்கிற தொடர் விபத்துகளைப் பத்தி தான். பல்லவர் தர்காவை மீண்டும் கோவிலா மாத்தினா அந்த விபத்துகள் நிற்கும்ன்னு ஒரு பேச்சு. அதை விசாரிக்கத்தான் வந்தோம்.”

“அதை நானும் கேள்விப்பட்டேன். இந்த விசயத்தில் தர்காவை இழுக்கிறதுக்குப் பின்னாடி மிகப்பெரிய அரசியல் சூழ்ச்சி இருக்கு.

இதை வச்சு கலவரம் பண்ண முடியும், ஆட்சியைக் கூட கலைக்க முடியும். தமிழ்நாட்டு அரசியலை வட இந்தியா மாதிரி மாத்த பெரும் முயற்சி நடக்குது. அந்த தர்காவை இடிக்கனும்ன்னு ஒரு பெரிய குழுவே வேலை பார்த்துட்டு இருக்கு. என்னோட சந்தேகம் என்னன்னா இந்த பிரச்சனையை பெருசாக்குறதுக்காகக் கூட அந்த ஆக்ஸிடெண்ட்ஸை எல்லாம் யாரோ திட்டம் போட்டே உருவாக்கலாம்."

★★★★★

### சத்யாதேவி வழக்கு

இந்த விபத்துச் சரத்தின் முதல் மணி சத்யாதேவி விபத்து வழக்கு. அதன் அடிப்படை சரடைப் பிடித்தால் அனைத்து விபத்துகளின் ஆதாரப் புள்ளி சிக்கக்கூடும் என ஆல்டோ நினைத்தான். சத்யா எனும் ஆணும், தேவி எனும் பெண்ணும் ஆரச்சாலையில் நடந்த விபத்தில் பலியான வழக்கு. மிகவும் பரபரப்பாகப் பேசப்பட்ட வழக்கு.

இந்த விபத்து பல வகைகளில் முக்கியமானது. முதலில் இது தான் தொடர் விபத்துகளின் ஆரம்பப்புள்ளி. இதற்கு அடுத்துத் தான் அனைத்து விபத்துகள் வரிசையாக நடக்கத் தொடங்கின. செல்வ இளங்குமரன் கூறிய கதைக்கு அடித்தளம் அமைத்துக் கொடுத்த விபத்தும் இதுதான். இரண்டாவது, விபத்தில் மட்டும் இரண்டு பேர் பலி. மற்ற அனைத்து விபத்துகளிலும் ஒருவர் மட்டுமே பலி. மூன்றாவது, இந்த விபத்திற்கு சிசிடிவி கேமரா பதிவு இல்லை. நான்காவது இந்த விபத்து நடந்த இடம் மற்ற விபத்து நடந்த இடத்தில் இருந்து 50 மீட்டர் தூரம் தள்ளி இருந்தது. மற்ற அனைத்து விபத்துகளும் ஒரே இடத்தில் நடந்திருந்தன. ஐந்தாவது இந்த விபத்திற்கு மோட்டிவ் இருக்க வாய்ப்பு உள்ளது. அதனால்தான் 13 வழக்குகளில் இதை மட்டும் விசாரிக்கத் திருநாவுக்கரசை அனுப்பியிருந்தான்.

திருநாவுக்கரசு இரவு பகல் பாராமல், நிறையப் பயணம் செய்து பல சாட்சிகளிடம் பேசி, நிறைய

ஆவணங்களைப் படித்து, பல தகவல்களைச் சேகரித்து நீண்ட அறிக்கையைத் தயாரித்து இருந்தார்.

இந்த வழக்கையே ஒரு தனிச் சிறப்பு வழக்காக விசாரிக்கலாம். அத்தனை சிக்கல்கள் அதனுள் இருந்தன. மேலும் விபத்து நடந்து கிட்டத்தட்ட இரண்டு ஆண்டுகள் ஆகியிருந்தால் விசாரணையில் பல சிரமங்கள் அதிகரித்திருந்தன. சில குறைந்திருந்தன.

விபத்தில் பலியான தேவியின் தந்தை தென் மாவட்டத்தைச் சேர்ந்த ஒரு அரசியல்வாதி. சொந்தமாக நிலங்கள், கடைகள், பெட்ரோல் பங்க் வைத்திருக்கும் தொழிலதிபர். சொத்துகள், வருமானத்திற்குக் குறைவில்லாத குடும்பம். பொறியியல் படித்து முடித்தபின் தேவி வேலைக்காகச் சென்னை வந்துள்ளார். தேவி, சத்யாவுடன் பழக்கத்தில் இருப்பது அரசல் புரசலாக குடும்பத்தினருக்குத் தெரிந்துள்ளது. சத்யா சென்னையில் பிறந்து வளர்ந்த இளைஞர், நடுத்தர வர்க்க குடும்பம். பெரிதாக குடும்பப் பின்னணி இல்லை. மென்பொருள் நிறுவனத்தில் வேலை செய்த இளைஞன்.

இது ஆணவக்கொலையாக இருக்க வாய்ப்பு குறைவு. காரணங்கள், தேவி தன் காதலை குடும்பத்தினரிடம் தானாகக் கூறவில்லை, சத்யாவைத்தான் திருமணம் செய்துகொள்வேன் என்றும் கூறியிருக்கவில்லை. அரசல் புரசலாகத் தெரிந்திருந்தாலும் தேவியின் குடும்பத்தினரும் தேவியிடம் இந்தக் காதலைப் பற்றி பேசியிருக்கவில்லை. குடும்பத்தினருடனான தொடர்பும் விபத்து நடந்த அன்று வரை மிக இயல்பாகவே இருந்துள்ளது. ஆண் நண்பர் சத்யாவிற்கும் தேவி தரப்பில் இருந்து எந்த மிரட்டலும் வரவில்லை. பொதுவாக ஆணவக் கொலை, பல்வேறு சமரச முயற்சிகள் தோல்வியடைந்த பின் இறுதியாக எடுக்கப்படும். ஆனால் இந்த வழக்கில் அதற்கான எந்தச் சூழலும் இல்லை. தனிப்பட்ட பகையின் காரணமாக ஒரு பத்திரிகை நிருபர், இது ஆணவக்கொலை எனப் புரளி கிளப்பிவிட்டதாக உள்ளூர் சாட்சியங்கள் தெரிவிக்கின்றன.

விபத்தாக இருக்கவும் வாய்ப்பு குறைவு. திறன் குறைந்த இருசக்கர வாகனத்தில் மிதமான வேகத்தில் அவர்கள் பயணம் செய்துள்ளது மற்ற இடங்களின் சிசிடிவியில் பதிவாகியுள்ளது. வழக்கமாக அந்த வாகனத்தை பழுதுநீக்கும் இயந்திர வல்லுநரின்

வாக்குமூலமும் அவ்வாகனத்தில் அதி வேகமாகச் செல்ல இயலாது என்றே கூறுகிறது. மெது வேகத்தில் கீழே விழுந்திருந்தால் சிறு சிராய்ப்புகள் மட்டுமே ஏற்பட்டிருக்க முடியும். விபத்து நடந்த போது அந்த சாலையில் ஒரு கறுப்பு நிற டாடா சுமோ வாகனம் வேகமாகச் சென்றதாகச் சிலர் கூறியிருக்கின்றனர். ஆயினும் தெளிவாக அருகில் இருந்து விபத்தைப் பார்த்த சாட்சியங்கள் இல்லை. ஒருவேளை அந்த சுமோ விபத்தை ஏற்படுத்தியிருந்தால் இது கொலை முயற்சியாக இருக்க வாய்ப்பதிகம். இதுவரை அந்த டாடா சுமோ வாகனத்தைக் கண்டறிய முடியவில்லை.

கொலையாக இருந்தால், அதற்குரிய வலிமையான நோக்கம் உள்ளது. சக்தி வாய்ந்த அரசியல் தலைவர் ஒருவர் மருத்துவமனையில் அனுமதிக்கப்பட்டு உயிரிழந்த நிகழ்வில், அந்த மருத்துவமனையின் சிசிடிவி கேமரா பராமரிப்புப் பணியை தேவி வேலை செய்த நிறுவனம் மேற்கொண்டு இருந்தது. அப்போது எடுக்கப்பட்ட ஒரு முக்கியமான சிசிடிவி காட்சி தேவியிடம் இருப்பதாகப் பேசப்பட்டது. ஒன்றிய உளவுத்துறையினர் இவரிடம் விசாரணை நடத்தியதாகவும் தகவல் உண்டு. ஒருமுறை இவர் தங்கியிருந்த விடுதி அறையில் அதிகாரப்பூர்வ அனுமதியில்லாமல் சோதனை நடத்தியுள்ளனர். இதைத் தவிர அந்த அரசியல் கட்சியின் முக்கிய பிரமுகர்கள் பலமுறை தேவியைச் சந்தித்துப் பேசியுள்ளனர்.

“என்ன திரு இந்த கேஸ் இவ்ளோ சிக்கலா இருக்கு. ஒன்னைத் தொட்டு ஒன்னு உள்ள போய்க்கிட்டே இருக்கு. இந்த ஒரு கேஸை விசாரிக்கிறதுக்கே நமக்கு மூனு மாசம் பத்தாது. மத்த கேஸ் எல்லாம் என்னைக்கு விசாரிக்க?”

“சார் ஒரு விசயம் சொல்றேன். ஒவ்வொரு விலங்கையும் ஒவ்வொரு மாதிரி பிடிக்கனும். பாம்புக்குத் தலையைப் பிடிக்கனும், வாத்துக்குக் கழுத்தைப் பிடிக்கனும், முயலுக்குக் காதைப் பிடிக்கனும். மாத்திப் பிடிக்கக்கூடாது. பாம்பைக் கொஞ்சம் கீழ இறக்கிப் பிடிச்சா போட்டுத்தள்ளிட்டு போய்ட்டே இருக்கும். ஆனா வாத்தைக் கழுத்தில் தான் பிடிக்க முடியும். அதுமாதிரிதான் இந்த கேஸுாம். நம்ம முதல்பிடி சரியான பிடியா இருக்கனும். இவ்வளவு குழப்பம் இருக்க சத்யா தேவி வழக்கில் இருந்து ஆரம்பிச்சா நம்ம பிடி க்ரிப்பா இருக்காதுன்னு தோணுது சார்.”

“ஆனா இது தானே முதல் கேஸ்? முக்கியமான கேஸ்? ”

“அதுலயே எனக்கு சந்தேகம் இருக்கு. இந்த ஆக்ஸிடெண்ட் வழக்கமா நடக்கிற இடத்தில இருந்து 50 மீட்டர் தள்ளி நடந்தது. மத்த எல்லாமே ஒரே இடம். இன்னொன்னு இது விபத்தா இல்லாம கொலையா இருக்க வாய்ப்பு அதிகம். ஸ்ட்ராங் மோட்டிவ் இருக்கு. ஆனா நம்ம லிஸ்ட்ல மத்த எல்லாமே கிளியர்கட் விபத்துகள். எதுக்குமே மோட்டிவ் இல்ல. இந்த கேஸ் மட்டும் ஆட் மேன் அவுட்டா தனியா தெரியுது. எனக்கு என்னமோ இதுக்கும் மத்த விபத்துகளுக்கும் தொடர்பில்லைன்னு தோணுது.”

“இப்படி வச்சுக்கலாமா? ஒரு சீரிஸ் விபத்துகளுக்கு முன்னாடி எதேச்சையா நடந்த விபத்து?”

“ஆமா சார். ஒரே ரோடுங்கிறதால இதையும் மத்த ஆக்ஸிடெண்ட்டோட சேர்த்துட்டாங்க. இதைத்தவிர நிறையப் புரளி, அமானுஷ்யம் வேற. இதோட யுடியூப், சோசியல் மீடியா, பத்திரிகைகளும் இந்த விபத்துக்கு அதிக முக்கியத்துவம் கொடுத்ததால எல்லாருடைய பார்வையும் அப்படியே இருக்கு. ஆனா நம்மளும் அதை அப்படியே கண்டினியூ பண்ணனும்னு அவசியம் இல்ல சார். தேவையில்லாத டிஸ்டிராக்சன்.”

“நீங்க சொல்ற பாயிண்ட் ஓகே. ஆனா இந்த கேஸை முழுசா புறக்கணிக்கவும் முடியாது.“

“அப்படி செய்ய வேண்டாம் சார். இதுக்குமேல இந்த கேஸ்ல இருந்து நமக்கு உருப்படியா வேற தகவல் கிடைக்காது. அதனால இப்ப நமக்கு கிடைச்சிருக்க பிரைம் டைம்'ஐ இந்த கேஸ்ல வீணடிக்க வேண்டாம்.”

★★★★★

## இரண்டாவது விபத்து

தலையைப் பிடித்துத் தூக்கிய வழக்கு, நேரத்தை உறிஞ்சிய நிலையில் கழுத்தைப் பிடித்துப் பார்க்க முடிவு செய்தான் ஆல்டோ. இரண்டாவது விபத்தின் ஆவணங்களைப் படித்துப் பார்த்தான். ஆரச்சாலையின் அருகில் இருக்கும் பால்ஸ் பல்கலைக்கழகத்தில் பொறியியல் படித்துக் கொண்டிருந்த மாணவன் சுகேஷ். இரவு சுமார் பதினோரு மணியளவில் உணவகத்தில் உணவு வாங்கிக் கொண்டு ஆரச்சாலையில் திரும்பி வரும் வழியில், இரு சக்கர வாகனத்தில் இருந்து தவறி விழுந்து உயிரிழப்பு. எந்த சந்தேகமும் இல்லாத நேரடியான வழக்கு. ஆனால் ஒரே ஒரு நெருடல், சுகேஷின் தந்தை கிருஷ்ணகுமார் தன் மகனின் சாவில் சந்தேகம் இருப்பதாகத் தெரிவித்து இருந்தார். ஆல்டோவிற்கு ஏதோ உறுத்தியது. ஜெகதீசனை அழைத்தான்.

"யார் இந்த கிருஷ்ண குமார்? இவரை நான் பார்க்கனுமே."

"இவர் அந்த விக்டிம் சுகேஷோட அப்பா சார். ஆனா இப்ப ஒரு வருசத்துக்கும் மேல ஆளைக் காணோம். நாட் டிரேசபிள். பையனோட அம்மா மும்பையில் இருக்காங்க. இவருக்கும் அவங்களுக்கும் டைவர்ஸ் ஆயிடுச்சு. அவங்க தான் இப்ப கேஸ் பத்தி கம்யூனிகேசன் எல்லாம் மெய்ண்டெய்ன் பண்றாங்க."

"இந்த விசயத்தை நம்ம கான்சண்டிரேட் பண்ணனும். அந்தம்மா பேர் என்ன?"

"மீனா. மீனா அகர்வால்."

"அவங்க கூட ஒரு ஜூம் மீட்டிங் ஏற்பாடு பண்ணுங்க."

முதல் வழக்கான சத்யா-தேவி வழக்கைப் போன்றே இந்த வழக்கும் சிக்கல் நிறைந்ததாக இருக்கும் எனத் தோன்றியது. இப்படிக் கைவைக்கும் அனைத்தும் சிக்கலாக மாறுவதை நினைக்கும் போது ஆல்டோவிற்கு அயற்சியாக வந்தது. இதேமாதிரி 13 வழக்குகளும் சிக்கலாக இருந்தால் இந்த விசாரணையை எப்படி முடிப்பது? எப்போது முடிப்பது? முடிக்க முடியுமா? அல்லது கார்த்திக் ஆல்டோ வழக்கு வரலாற்றில் முடிக்க முடியாத வழக்காக இது மாறுமா? மூளையில் யாரோ கனமான போர்வை போர்த்தியது போல இருந்தது. ஜெகதீசன் ஒரு மடிக்கணினியை எடுத்துக் கொண்டு அவசரமாக உள்ளே நுழைந்தார். திரையில் ஒரு பெண்.

"மீனா அகர்வால்." ஜெகதீசன் கண்ணைக் காட்டினார்.

"ஹாய்! ஐ யாம் கார்த்திக் ஆல்டோ. ஸாரி டு டிஸ்டர்ப். திரும்பவும் விபத்தைப் பத்தி பேசுறதுக்கு கஷ்டமாத்தான் இருக்கும். ஆனா எங்களுக்கு சில தகவல் தேவைப்படுது"

"இட்ஸ் ஓகே சார். அன்னெஸசரியா நீங்க எதுக்கு டிஸ்டர்ப் பண்ணப் போறீங்க."

வழக்கு ஆவணங்களில் 42 வயது என இருந்தாலும் முப்பதில் இருந்து முப்பத்தைந்துக்குள்ளாகத்தான் மதிப்பிட முடியும். ஒருவேளை காணொளிக் காட்சி என்பதால் அப்படித் தோன்றுகிறதா எனத் தெரியவில்லை. இன்ஸ்டா ரீல்ஸில் பார்க்கும் முகத்துக்கும் நேரில் பார்க்கும் முகத்துக்கும் இருக்கும் வேறுபாடுகள் ஆல்டோவிற்கும் தெரியும். மீனாவின் ஆங்கில உச்சரிப்பு திருத்தமாக இருந்தது. ஏதோ நிகழ்விற்குச் செல்வதைப் போல முழு ஒப்பனையில் இருந்தார். சலவை செய்த மடிப்பு கலையாத சேலையை வட இந்தியப் பாணியில் அணிந்திருந்தார். ஒரு காலத்தில் ஒன்றிய அரசு வசம் இருந்த ஏர் இந்தியா விமானச் சேவையின் பெண் உதவியாளர்களை அது நினைவுபடுத்தியது. இல்லை, இல்லை, இன்னும் சரியாகச் சொல்ல வேண்டும் என்றால் இங்கிலிஷ் விங்கிலிஷ் ஸ்ரீதேவி போல இருந்தார். பின்புறம் தெரிந்த பாலிஷ் செய்யப்பட்ட மர அலமாரியும், தரையில் விரிக்கப்பட்டிருந்த அலங்கார கார்பெட்டும் வீட்டின் செழுமையை எடுத்துக்காட்டின.

“எங்கயோ கிளம்பிட்டு இருப்பீங்க போல. நாங்க தொல்லை பண்ணிட்டோம்.”

“நோ இஸ்யூஸ். வேலைக்குத் தான் போயிட்டு இருக்கேன். லேட் ஆகும்ன்னு சொல்லிட்டேன்.”

“எங்க வேலை பார்க்குறீங்க மேடம்?”

“அகர்வால் அசோசியேட்ஸ். எங்க சொந்த கம்பெனிதான். நானும் என் ஹஸ்பண்டும் மேனேஜ் பண்றோம். டிரேடிங், அசெட் மேனேஜ்மெண்ட், ஸ்டாக் புரோக்கிங் ரிலேடட் சர்வீஸஸ்”

தலையில் முக்காடு அணிந்த ஒரு பெண் உருவம் அவருக்குப் பின்னால் கடந்து சென்றது. மீனா திரும்பி அவரிடம் “தீதீ! ஏக் கிளாஸ் பாணி தேதோ” என்றார். பணிப்பெண்ணாக இருக்க வேண்டும்.

“சுகேஷ் ஒரே பையனா?”

“இல்ல. அவனுக்கு ஸ்டெப் பிரதர் இருக்கான்.”

“சுகேஷுக்கு ஆக்ஸிடெண்ட் ஆன ரேடியல் ரோடு பத்தி நீங்க கேள்விப்பட்டுருப்பீங்கன்னு நினைக்கிறேன்.”

“ஆமா. என் பிரெண்ட்ஸ் நிறைய லிங்க் அனுப்புனாங்க. அந்த இடத்தில் தொடர்ச்சியா ஆக்ஸிடெண்ட்ஸ் நடக்கிறதா. பட் ஐ டோண்ட் வாண்ட் டு ரீட் ஆல் தோஸ் திங்க்ஸ்”

“அங்க இப்ப சமீப காலமா ஏற்படுற நிறைய விபத்துகள் தொடர்பா தான் விசாரிச்சிட்டு இருக்கோம். உங்க பையன் ஆக்ஸிடெண்ட் பத்தி உங்களுக்கு தெரிஞ்சதை சொன்னா ஹெல்ப்ஃபுல்லா இருக்கும். சுகேஷ் சென்னை பால்ஸ் காலேஜ்ல தானே படிச்சார்?”

“ஆமா. சுகேஷ் அப்பா கிருஷ்ணகுமாரும் நானும் செபரேடட். இப்ப மும்பையில் அயாம் லிவிங் வித் மை பேமிலி. சுகேஷ் எங்க கூடத்தான் இருந்தான். ஸ்கூலிங் இங்க தான் படிச்சான்.

அன்ஃபார்ச்சுனேட்டா போர்டு எக்ஸாம்ல நல்லா ஸ்கோர் பண்ணல. எங்கயும் இஞ்சினியரிங் சீட் கிடைக்கல. கே.கே, பால்ஸ் காலேஜ்ல புரொஃபசரா ஒர்க் பண்ணதால அங்க பேசி சீட் வாங்குனோம். பர்ஸ்ட் இயர் ஹாஸ்டல்ல தான் இருந்தான். செகண்ட் இயர் எனக்குத் தெரியாம அவங்க அப்பா கூடப் போய் அவர் வீட்ல தங்கிட்டான். ஐ தாட் ஹி வாஸ் இன் ஹாஸ்டல். ஆக்ஸிடெண்ட் நடந்த பிறகு தான் அவன் கே.கே வீட்ல இருந்த விசயமே எனக்குத் தெரியும்."

"கே.கே?"

"கிருஷ்ணகுமார்."

"எந்த டிப்பார்ட்மெண்ட் புரொஃபசர் அவர்?"

"டிரிப்பிள் ஈ. எலக்ட்ரிக்கல் அண்ட் எலக்ட்ரானிக்ஸ் எஞ்சினியரிங்"

"அந்த ஆக்ஸிடெண்ட் எப்படி நடந்தது?"

"அன்னைக்கு நைட் 10 மணி இருக்கும். அதுக்கு முன்ன வரை என்கிட்ட போன்ல பேசிட்டு இருந்தான். டின்னர் வாங்குறதுக்காக பைக்கை எடுத்திட்டுப் போய்ருக்கான். ரெஸ்டாரண்ட்ல டிலே ஆயிடுச்சாம். திரும்பி வரும் போது பைக் ஸ்கிட் ஆகி கீழ விழுந்து..."

கண்ணைத் துடைத்துக் கொண்டார்.

"ஸாரி. ஹெல்மெட் போடலயா?"

"எப்பவுமே ஹெல்மெட் போடுவான். ரெஸ்டாரண்ட் பக்கம் தானேன்னு அன்னைக்கு ஹெல்மெட் போடாம போயிருக்கான்"

"இந்த ஆக்ஸிடெண்ட்ல சந்தேகம் இருக்குன்னு கிருஷ்ண குமார் சொல்லிருக்காரே"

மீனா அகர்வால் ஒரு பெருமூச்சை வெளியிட்டார்.

"அந்த ஆக்ஸிடெண்ட்டுக்கு பிறகு ஐ வெண்ட் இன் டு

எ சிவியர் டிப்ரஷன். சுகேஷை ஹாஸ்டல்ல இருந்து வீட்டுக்கு கூட்டிட்டு வந்ததுக்காக கே.கேவை ரொம்ப திட்டுனேன். உடனே அதை டைவர்ட் பண்ண, அவர் மேல தப்பில்லன்னு சமாளிக்க ஒரு புது கதையைத் தூக்கிட்டு வந்தார். ஏதோ ஒரு பைக் வேகமா வந்ததாம். அது சுகேஷ் பைக்ல மோதுச்சாம். சுகேஷை தேடிப்போன இவர் அதைப் பார்த்தாராம். பட் அந்த மாதிரி எதுவுமே நடக்கலன்னு போலீஸூம் சொல்றாங்க, விபத்தை பார்த்தவங்களும் சொல்றாங்க."

ஆல்டோ அமைதியாக அமர்ந்திருந்தான்.

"சுகேஷ் ஒழுங்கா ஹாஸ்டல்ல இருந்திருந்தா இந்த ஆக்ஸிடெண்ட்டே நடந்திருக்காது. தட் கே.கே இடியட் அகெய்ன் ரூயிண்டு மை லைஃப்"

"இது பத்தி விசாரிக்க கிருஷ்ணகுமாரை தேடுனோம். பட் கண்டுபிடிக்கமுடியல. உங்களுக்கு ஏதாவது தெரியுமா?"

"இல்ல. நான் பேசி ஒன்றரை வருசம் ஆச்சு. இந்த இன்சிடெண்ட்டுக்குப் பிறகு ரொம்ப நாளா ஆளைக் காணோம்ன்னு வாட்ஸ் ஆப்பில் மெசேஜ் அனுப்பினேன். பட் சிங்கிள் டிக்லயே இருக்கு."

"எங்க போயிருப்பார்ன்னு ஐடியா இருக்கா?"

"அவர் ஒரு சாமியார் மாதிரி. இயல்பிலேயே மந்தம். ஸ்டிரெஸ் தாங்க மாட்டார். இப்படித்தான் திடீர் திடீர்ன்னு காணாம போய்டுவார். கொஞ்ச நாள் கழிச்சு அவராவே வருவார்."

ஆல்டோவிற்கு சில விசயங்கள் தவறாகப்பட்டன.

★★★★★

## அசோக்கின் அலசல்

“நான் ஆராய்ச்சிக்கு எடுத்துக்கிட்டது மொத்தம் 13 விபத்துகள். 14 உயிர்பலி. இந்த விபத்துகள் அனைத்துமே ஒரே இடத்தில் அச்சுப் பிசகாமல் நடந்துள்ளன. ஒரே ஒரு விபத்து மட்டும் அதாவது முதல் விபத்து கொஞ்சம் தள்ளி நடந்திருக்கு. எந்த விபத்திலும் விபத்தான வாகனம் வேறு வாகனத்துடனோ, வேறு எந்த பொருள் மீதோ மோதிக் கொள்ளவில்லை. தன்னாலேயே விபத்து நடந்துள்ளது.” மெட்ராஸ் பல்கலைக்கழக மாணவர் அசோக் திணறித் திணறி ஆரம்பித்தார். ஆல்டோ, ஜெகதீசன், திரு என அனைவரும் அமர்ந்திருந்தனர்.

“இந்த 14 விக்டிம்ஸ்ல ஒரு ஆளுக்கு ஒரு ஆள் ஏதாவது தொடர்பு இருக்கா? உதாரணமா ஒரு இடத்தில் வேலை பார்த்தவர்கள், ஒரு அரசியல் கட்சியைச் சேர்ந்தவர்கள், ஒரு மதத்தினர் இப்படி. ஏதாவது ஒரு விதத்தில் லின்க் ஆகியிருக்காங்களா?” ஆல்டோ கேட்டான்.

“இல்ல. முதல் விபத்தின் இரண்டு பேர் நண்பர்கள். மற்ற 12 பேருக்கும் இடையில் எந்த ஒரு தொடர்பும் என்னால கண்டுபிடிக்க முடியல. 17 வயது சின்னப்பையன்ல இருந்து 45 வயது குடும்பத் தலைவர் வரை இறந்துருக்காங்க. இறந்ததுல 5 பேர் ஸ்டூடண்ட்ஸ், 4 பேர் காலேஜ் முடிச்சிட்டு வேலை இல்லாமல் இருந்தவங்க. 2 பேர் வேலைக்குப் போறவங்க. 3 பேர் சுய தொழில்.“

“மதம், சாதி, அரசியல் கட்சி?”

“இவங்க எல்லாரும் ஒரே மதம் இல்லை, ஒரே சாதி இல்லை, ஒரே அரசியல் கட்சியும் இல்லை.”

“இவங்க சோசியல் மீடியா ஹேண்டில் பார்த்தீங்களா?”

“சிலர் மட்டும் தான் சோசியல் மீடியால இருக்காங்க. ஆனா அதுலயும் வித்தியாசமா எதுவும் இல்ல.”

“இறந்த நாள்ல ஏதாவது பேட்டர்ன் இருக்கா? உதாரணமா அமாவாசை, ஏகாதசி, பவுர்ணமி இப்படி?” ஜெகதீசன் கேட்டார்.

“அதையும் அனாலிசிஸ் பண்ணுனேன். எல்லாமே இர்ரெகுலர் இண்டர்வெல். முதல் விபத்து முடிஞ்சு ஒரு கேப். அதுக்குப் பிறகு மூனு விபத்துகள் தொடர்ச்சியா. அதுக்குப் பிறகு ஒரு பெரிய கேப், அதுக்குப் பிறகு திரும்ப விபத்துகள், இப்படி ஒழுங்கு இல்லாம இருக்கு. அமாவாசை, பவுர்ணமி, தேதிகளோட நியூமராலஜி, சைனீஷ் காலண்டர், மாயன் காலண்டர் வரை மேட்ச் பண்ணிப் பார்த்தாச்சு. விபத்து நாட்கள்ல எந்த ஒரு பேட்டர்னும் இல்ல.”

“விக்டிம்ஸ் எல்லாரும் ஒரே ஏரியாவில் வசிக்கிறவங்களா?”

“இல்ல பெரும்பாலும் சென்னை. சென்னையிலும் நீலாங்கரை தொடங்கி ஆவடி வரை பல ஏரியாக்கள்ல இருக்கவங்க. தமிழ்நாட்டின் பல பகுதிகளைச் சேர்ந்தவங்களும் இருக்காங்க.”

“யாராவது குடிச்சிருந்தாங்களா?”

“மூனு விக்டிம் டிரங்கன் டிரைவ். 11 பேர் குடிக்கல.” கேள்வி முடியும் முன் இருந்து பதில் வந்தது.

“ஏதாவது இன்சூரன்ஸ் பணம்? நிறைய படங்கள்ல கூட வந்தது.”

“இதுல யார் பேர்லயும் பெரிய அமவுண்ட் இன்சூரன்ஸ் இல்ல. அவங்க பான் கார்டு வச்சே செக் பண்ணியாச்சு.”

“ஏதாவது லோன் ஆப்ல கடன் வாங்கியிருந்தாங்களா?”

"இல்ல"

"அவங்க டிரைவிங் ஹிஸ்டரி எப்படி?"

"நாலஞ்சு பேருக்கு ராஷ் டிரைவிங் ஹிஸ்டரி இருக்கு. ஃபேமிலியே ஒத்துக்கிறாங்க. ஆனா மத்தவங்க நார்மல் டிரைவிங் தான்."

"பைக் எல்லாமே ஒரே கம்பெனியா?"

"இல்ல. எல்லா கம்பெனி பைக்கும் இருக்கு"

"ஆக்ஸிடெண்ட்ஸ்க்கு பிறகு அந்த பைக்ஸை அனாலிசிஸ் பண்ணிப் பார்த்தாங்களா?"

"சென்னையில் இருக்க டாப் மெக்கானிக் வச்சு அனாலிசிஸ் பண்ணியிருக்காங்க. எந்த யூஸ்ஃபுல் ரிசல்ட்டும் இல்ல"

"ஆக்ஸிடெண்ட் ஆன இடத்தில் இருந்து ஏதாவது காணமல் போயிருக்கா? சீரியல் கில்லரா இருந்தா trophy எடுத்துட்டு போறது வழக்கம்"

"சத்யா-தேவி விபத்தில் மட்டும் மொபைல் போன் காணாமல் போயிருக்கு. மத்த எந்த விபத்திலும் எந்த பொருளுமே காணாமல் போகல சார். விபத்து நடந்த இடத்தில் எந்த திருட்டும் நடக்கல."

"காட்டு விலங்குகளை மயக்க மருந்து கன் வச்சு பிடிக்கிற மாதிரி தூரத்தில் இருந்து கன் மூலமா ஏதாவது பாய்சன் செலுத்தியிருக்கலாமா? பாய்சன் பட்டு மயங்கி விழுந்துருப்பாங்க." இருட்டுக்குள் எழுந்த குரலுக்குப் பின் கிளுக் என சிரிக்கும் சத்தம் கேட்டது.

"பாடியில் எந்த இஞ்செக்சன் மார்க்கும் இல்ல. பாய்சன் எதுவும் இல்ல. அப்படி செஞ்சிருந்தா ஊசி அங்க தானே கிடக்கனும்? அதுவும் இல்ல." அசோக் சிரித்துக் கொண்டே பதில் கூறினார்.

"ரோடு தார் மேல ஏதாவது வழுக்குற மாதிரி பொருள், முட்டை, ஆயில் இப்படி?"

“இல்லை. அப்படி இருந்தாலும் ரோட்ல போற எல்லா வண்டியும் வழுக்கனுமே”

“சிசிடிவி கேமரா ஃபூட்டேஜ்ல ஏதாவது சிமிலியாரிட்டி?”

“முதல் ரெண்டு மூனு விபத்தில் சிசிடிவி கேமரா இல்ல. அதுக்குப் பிறகு தொடர்ச்சியா விபத்து நடக்கவும் கேமரா வச்சிருக்காங்க. ஆனா அந்த யூடியூப் லைவ் வீடியோ ஆக்ஸிடெண்ட்டில் நம்ம என்ன பார்த்தோமோ அதே தான் எல்லா விபத்திலயும். பைக் வேகமா வருது, அந்த இடத்தில் வந்த உடன் நிலை தடுமாறி கீழ விழுகுது. ஆள் டெத். அவ்ளோ தான்”

“ஸோ, விக்டிம் புரோஃபைல்ல, விபத்து நாள்ல எந்த ஒற்றுமையும் இல்ல?” திரு கேட்டார்.

“இல்ல சார். எந்த ஒற்றுமையுமே இல்ல.”

இப்போது ஆல்டோ பேச ஆரம்பித்தான்.

“நீங்க சொன்னா எல்லாமே சிறப்பு. நல்ல அனாலிசிஸ். ஆனா விக்டிம்ஸ்க்கு இடையில் எந்த ஒற்றுமையும் இல்லைன்னு சொன்னீங்க. முதல் ஒற்றுமை விபத்து நடந்த எல்லாமே இரவு நேரம். ஆள் நடமாட்டம் இல்லாத இரவு நேரத்தில் இன்னும் குறிப்பா சொல்லனும்னா இரவு 11 மணியில் இருந்து அதிகாலை 2 மணிக்கு உள்ளாக நடந்திருக்கு. இது ஒரு ஒற்றுமை. இது ஏன்னு நம்ம யோசிக்கனும்.”

“சிம்பிள். பேய் வர்றது நைட் மட்டும் தான். இதுல என்ன யோசிக்க வேண்டியிருக்கு” ஜெகதீசன், மற்ற யாருக்கும் கேட்காத வண்ணம் தன் வாய்க்குள் முனகிக் கொண்டார்.

“அடுத்தது, முதல் வழக்கைத் தவிர மற்ற எல்லா வழக்கிலும் இறந்தது ஆண்கள். இன்னும் குறிப்பா சொல்லனும்னா முதல் வழக்கு கொஞ்சம் தள்ளி நடந்திருக்கு. இப்ப நம்ம மார்க் பண்ணி வச்ச அமானுஷ்ய இடத்தில் நடந்த 12 விபத்திலயும் செத்தது எல்லாமே ஆண்கள். இந்த ரெண்டுமே நமக்கு முக்கியம்.”

"இரவு நேரத்தில் அந்த சாலையை அதிகமா பயன்படுத்துறது ஆண்கள். அதனால கூட இருக்கலாம் சார்."

"இருக்கலாம். ஆனா இதுவும் ஒரு ஒற்றுமை தான்."

"ஆனா சார், நம்ம இவ்ளோ அனாலிசிஸ் பண்ணிருக்கோம், இந்த ஆக்ஸிடெண்ட்ஸ் ஏன் நடந்தது, எப்படி நடந்ததுன்னு ஒரு சின்ன க்ளூ கூட சிக்கலயே"

திருநாவுக்கரசு வாய்விட்டுக் கேட்டார், ஆனால் மற்ற அனைவரையும் அக்கேள்வி உள்ளுக்குள் இருந்து குடைந்து கொண்டிருந்தது.

★★★★★

## ஆணையரின் ஆத்திரம்

இயக்குநர் அருள்மொழியின் அலுவலகத்திற்கு கார்த்திக் ஆல்டோவை வரச் சொல்லியிருந்தார் தாம்பரம் மாநகர ஆணையர் இராஜேந்திரன். இந்த வழக்கு குற்றப்புலனாய்வு மற்றும் தடுப்புப் பிரிவு சிறப்புப் படைக்கு மாற்றப்பட்டு ஒரு வாரம் ஆகியிருந்தது. ஆல்டோவின் விசாரணைகளில் திருப்தியில்லை என்பது ஆணையர் உள்நுழையும் போது வெளிப்படுத்திய உடல் மொழியிலேயே தெரிந்தது. அதற்குப் பதிலடியான உடல்மொழியை வலுக்கட்டாயமாக ஆல்டோ கொண்டு வந்தான். இயக்குநர் அருள்மொழி ஆல்டோவிற்கும் ஆணையருக்கும் இடையில் சமநிலை பேண முயன்று கொண்டிருந்தார்.

“சொல்றேன்னு தப்பா எடுத்துக்காதீங்க ஆல்டோ. டெய்லி ரிப்போர்ட் அனுப்புறது உங்க பிரான்ச் வழக்கமா இருக்கலாம். ஆனா நீங்க அனுப்புன ரிப்போர்ட் எல்லாமே ஹப்பஸார்டா, ரொம்ப டிஸ்ஆர்கனைஸ்டா இருக்கு. எதுலயுமே ஒரு ஒழுங்கு இல்ல, தொடர்பு இல்ல. நானும் எத்தனையோ கேஸ்ல ஒர்க் பண்ணிருக்கேன். இப்படி ஒரு ஒழுங்கில்லாத விசாரணையைப் பார்த்தது இல்ல. சந்திரா ஸ்டோர் மேனேஜரை பார்க்குறீங்க, சாமியாரை பார்க்குறீங்க, தர்காவுக்கு போறீங்க. இன்னொன்னு என்ன..... அந்த மொட்டை பெட்டிஷன் தாத்தா அவரையெல்லாம் பார்த்து இருக்கீங்க. அவருக்கும் இந்த கேஸுக்கும் என்ன சம்பந்தம்? இன்னும் சாலிட் ஒர்க் எதுவுமே நீங்க செய்யல.”

ஆணையரின் பொரிதலைப் பொருட்படுத்தாது ஆல்டோ மிகத் தண்மையாகப் பேச ஆரம்பித்தான்.

“வானத்தில் மேகத்தைப் பார்த்து இருக்கீங்களா சார்? மேகக்கூட்டம் சில நேரம் யானை மாதிரி தெரியும், சில நேரம் குதிரை மாதிரி தெரியும், சில நேரம் மலை மாதிரி தெரியும். ஆனா அந்த உருவம் எல்லாம் புரியனும்னா நீங்க அதுக்கு முன்னாடி யானையைப் பார்த்து இருக்கனும், குதிரையைப் பார்த்து இருக்கனும், மலையைப் பார்த்து இருக்கனும். அதுகூட கொஞ்சம் கற்பனையும் இருந்தா தான் அந்த உருவம் மேகத்தில் தெரியும். யானையைப் பார்க்காத ஒருத்தன்கிட்ட அந்த மேகத்தைக் காட்டி, அங்க பாரு யானைன்னு சொன்னா அவனுக்குப் புரியாது. அதேமாதிரி யானையை நிறையத் தடவை பார்த்தவனுக்கும் கூட கற்பனை இல்லைன்னா தெரியாது. பிறகு நம்ம சொல்லித்தரணும். அங்க பாரு தும்பிக்கை, பின்னாடி வால் மாதிரி தெரியுதா? கீழ கால் தெரியுதான்னு சொல்லித்தந்தா ஆமா ஆமான்னு சொல்வாங்க.”

“ஆல்டோ இங்க நான் பிலாசபி பேச வரல. ஒவ்வொரு நாளும் எனக்கு வர்ற பிரஷர் எவ்வளவுன்னு உங்களுக்குத் தெரியாது. புரியாது. டெய்லி சி.எம்க்கு நான் ஆன்சர் பண்ணனும். பிரஸ் கேள்வி கேட்பாங்க. பொதுமக்கள் டிப்பார்ட்மெண்ட்டை காறித்துப்புறாங்க. இதுவரை ஒரு அரெஸ்ட் கூட இல்லை. நீங்க இங்க உட்கார்ந்து மேகம் யானைன்னு கதை சொல்றீங்க.”

“ஸாரி சார். இந்த *13* ஆக்ஸிடெண்ட்ஸையும், தனித்தனி கேஸா பார்த்ததாலதான் இவ்வளவு நாளா தீர்க்க முடியல. இதை எல்லாத்தையும் ஒரே கேஸா பார்க்கனும். ஒவ்வொரு கேஸ்லயும் ஒரு புள்ளி வச்சு அந்த புள்ளிகளை இணைச்சா நமக்கு ஒரு உருவம் கிடைக்கும். மேகத்தில் தெரியுற யானை மாதிரி. அந்த புள்ளிகளை கண்டுபிடிச்சு இணைக்கத்தான் நான் டிரை பண்ணிட்டு இருக்கேன்.”

“நீங்க புள்ளி வைங்க. கோலம் போடுங்க. அதனால இந்த கேஸுக்கு என்ன யூஸ் அதைச் சொல்லுங்க. உங்களுக்காக இவ்வளவு ரிசோர்ஸ் அலாட் பண்ணி, கேட்கிற ஃபண்ட் எல்லாம் கொடுத்து, எந்த ஒரு குறுக்கீடும் இல்லாம அனுப்பி வச்சிருக்கோம். இன்னும் சொல்லப்போனா தமிழ்நாட்டிலயே உங்க டீம் அளவு சஃபிஸ்டிகேடட் டீம் எதுவுமே இல்ல.”

“ஐ கம்ளீட்லி அக்ரி சார். அதேமாதிரி இந்த கேஸ் போல தமிழ்நாட்லயே ரொம்ப சிக்கலான, ரொம்ப இம்பார்ட்டெண்ட்டான

கேஸூம் எதுவும் இல்ல. இப்ப நாங்க போய்ட்டு இருக்க பாத்வே முழுக்க சொல்றேன். லெட் மீ எக்ஸ்ப்ளெய்ன்."

"ப்ளீஸ்..."

தனது மடிக்கணினியைத் திறந்து அதில் மைண்ட் மேப் செயலியை இயக்கினான். ஒரு வரைபடம் விரிந்தது.

"நம்ம ஏற்கனவே பேசுன மாதிரி இந்த கேஸை ரெண்டு வகையில் அப்ரோச் பண்றோம்.

1. செய்யப்படும் முறை - மோடஸ் ஓபரண்டி
2. நோக்கம் - மோடிவ்

முதல்ல மோடஸ் ஓபரண்டி. நம்ம கிட்ட 13 கேஸ் ஃபைல் இருக்கு. சிசிடிவி வீடியோ ஃபுட்டேஜ் இருக்கு. இதையெல்லாம் ரெண்டு வருசமா அனாலிசிஸ் பண்ணியாச்சு. எல்லாமே சாதாரணமா வழுக்கி விழுந்த விபத்துதான். இன்ஃபாக்ட் அந்த ரோட்ல தார் பகுதியைக் கூட பேர்த்து எடுத்துத் திரும்ப போட்டுட்டாங்க. கடைசி விபத்தை நீங்களும் லைவ்ல பார்த்தீங்க. நாங்களும் இந்த ஒரு வாரமா இன் டெப்த் அலசிப் பார்த்துட்டோம். மோடஸ் ஓபரண்டி கண்டுபிடிக்க முடியல."

"ஓஹ்ஹ். கண்டுபிடிக்க முடியல அப்படிங்கிறத கூட லேப்டாப் வச்சு இவ்வளவு நேரம் நீட்டி முழக்கி உங்களால தான் சொல்ல முடியும் ஆல்டோ."

"ப்ளீஸ் லெட் மீ கம்ப்ளீட் சார். இப்ப நாங்க முக்கியமா விசாரிக்கிறது இரண்டாவது பாயிண்ட். நோக்கம், மோட்டிவ். யார் யாருக்கு இந்த விபத்துகளால ஆதாயம் இருக்கு, பலன் இருக்கு, ஏதாவது பழிவாங்கும் நோக்கம் இருக்கா அப்படின்னு பார்க்கிறோம். இதுல நாங்க நாலு கன்க்ளூசனுக்கு வந்துருக்கோம்."

மடிக்கணினி விசைப்பலகையில் அம்புக்குறியை அழுத்தினான். அடுத்த ஸ்லைடு ஓடி வந்தது.

"முதல்ல, ஏபிடி கன்ஸ்டிரக்சன். சந்திரா ஸ்டோர்ஸ் ரேடியல்

சாலையில் இருக்க இடத்தை இவங்களை மீறி வாங்கியிருக்காங்க. அதனால இந்த ஏபிடி கன்ஸ்டிரக்சன் பிரதர்ஸ் ரெண்டு பேருமே கோபமா இருக்காங்க. பழிவாங்கக்கூடிய ஸ்டிராங் மோடிவ். அதை எக்ஸிகியூட் பண்ணக்கூடிய வலிமை இருக்க ஆளுங்க. இந்த விபத்துகள் தொடர்ந்து நடந்தா சந்திரா ஸ்டோர் கிட்டத்தட்ட திவால். அதான் ஏபிடி பிரதர்ஸுக்கு வேணும். இவங்க ஏன் எல்லா விபத்துக்குப் பின்னாலும் இருக்கக் கூடாது?"

ஆணையர் ஆமோதிப்பது போல் தலையை அசைத்தார்.

"ரெண்டாவது மத்த விலாச அங்கதம் - இந்த விசயத்தை இதுவரை எல்லாருமே சாதாரணமா எடுத்துக்கிட்டாங்க. ஆனா இது ரொம்ப தந்திரமான விசயம். மத்த விலாச அங்கதம் ஒரு பழமையான நாடகம். ஒரு கற்பனைக் கதை. அதை ரீக்கிரியேட் பண்றதன் மூலமா ஒரு மதக்கலவரத்தை உண்டு பண்ணும் முயற்சி இருக்கலாம். ஏற்கனவே அந்த தர்கா பத்தி நிறைய யூடியூப் வீடியோக்கள் வர ஆரம்பிச்சுருச்சு. 90கள்ல நடந்த வடமாநில சம்பவங்கள் போல இங்கயும் மத அரசியலுக்கு ஆரம்பப் புள்ளியா இதை செய்யலாம். செல்வ இளங்குமரனோட அஃபிடவிட் இதை கிளியரா சொல்லுது. மதவெறி மூலமா தமிழ்நாட்டு மக்களைத் தூண்டிவிட முடியாத நிலையில், ஆக்ஸிடெண்ட் மூலமா பேய், ஆவின்னு பயத்தைத் தூண்டலாம். அத வச்சு தர்கா மேல தாக்குதல் நடக்கலாம். அது சிலருக்குப் பெரிய அரசியல் ஆதாயத்தைக் கொடுக்கும்."

"டேஞ்சரஸ்...." இயக்குநர் அருள்மொழி முகத்தில் பயம் தெரிந்தது.

"மூனாவது ஈஸ்வரி அம்மா. லோக்கல் ஆளு, சட்ட விரோத செயல்களில் ஈடுபட்டவர். இந்த விபத்தால நேரடியா இப்ப பலன் அடைஞ்சுட்டு இருக்க ஒரே ஆளு. பூஜை, தாயத்து, தகடுன்னு தினசரி லட்சங்கள்ல கல்லா கட்டுறார். அதுமட்டுமில்லாமல் ஒரு லேண்ட் டீலிங்ல கிட்டத்தட்ட 36 கோடி வரை இந்த விபத்துகளால லாபம் பார்க்கப் போறார்."

"நாலாவது?"

ஆல்டோ அம்புக்குறியை அழுத்தினான். திரையில் ஒரு பொம்மை படம் தோன்றியது.

“நாலாவது சீரியல் கில்லர் கேட்டகரி. இது விசாரிக்கக் கொஞ்சம் கஷ்டமான விசயம். ரோட்ல போற யாரையாவது ரேண்டமா கொல்றது. மோட்டிவ் இல்லைங்கும்போது கண்டுபிடிக்க ரொம்பவே கஷ்டம்.”

“இந்த கேட்டகரியை எப்படி டீல் பண்ணப் போறீங்க?” அருள்மொழி கேட்டார்.

“இந்த ஆக்ஸிடெண்ட்ஸ் எல்லாத்திலயும் ஒற்றுமை, வேற்றுமை, ராண்டம் பேட்டர்ன்ஸ் இருக்கான்னு பார்த்தோம். விக்டிம்ஸ் இடையில ஏதாவது தொடர்பு இருக்கான்னு பார்த்தோம். ஆனா இதுவரை எந்த க்ளூவும் கிடைக்கல. இன்னும் கொஞ்சம் டைம் கிடைச்சா கண்டுபிடிச்சிருவோம்.”

அறையில் கனத்த மவுனம் நிலவியது. ஆணையர் இராஜேந்திரன் தொண்டையைச் செருமினார்.

“மாநிலத்தோட சட்டம் ஒழுங்கு சரியில்லன்னு ராஜ்பவன்ல இருந்து லெட்டர் வந்திருக்கு. அதுல முக்கியமா சொன்னதே இந்த பிரச்சனை பத்திதான். இந்த கேஸை சிபிஐக்கு மாத்தச் சொல்லி கவர்னர் கிட்ட இருந்து பிரஷர்.”

“இது காரணமே இல்லாம வர்ற அழுத்தம் சார். எத்தனையோ கேஸ் எத்தனையோ வருசமா அப்படியே இருக்கு. ஆனால் ஒரு வாரத்தில் எந்த முன்னேற்றமும் இல்லைன்னு சொல்றது எல்லாம் நியாயமில்லை.”

“நான் சொல்லல ஆல்டோ. கவர்னர் ஆபிஸ்ல சொல்றாங்க.”

“இது ஒரு கேஸ் இல்ல சார். 13 கேஸ். உங்களுக்கே தெரியும். இந்த மாதிரி பெரிய ஆர்கனைஸ்ட் கிரைம்ல என்கொயரி ப்ராசசஸ் ரொம்பப் பெருசு. எல்லா பக்கமும் வலை விரிச்சு வச்சிருக்கோம். உதாரணமா ஏபிடி கன்ஸ்டிரக்ஷன எடுத்துக்கோங்க. நேர போய் அவங்கள தூக்க முடியுமா? ஏதாவது எவிடென்ஸ் கிடைக்குமான்னு காத்துட்டு இருக்கோம். ரெண்டு வருசமா மூவ் ஆகாத கேஸ்ல ஒரு வாரத்தில் இவ்ளோ ப்ராக்ரஸ் காட்டியிருக்கோம். நீங்க தான் எங்கள சப்போர்ட் பண்ணனும், மோட்டிவேட் பண்ணனும்.”

"ஆல்டோ, கேஸ் சிபிஐ பக்கம் போனா, நம்ம டிபார்ட்மெண்ட்டுக்கு அசிங்கம். நம்ம பிரான்ச்சையே கலைச்சிடக் கூட வாய்ப்பு இருக்கு. இன்னொன்னு சிபிஐகிட்ட போய்டுச்சுனா அவங்க சொல்றதைத்தான் நம்பி ஆகனும். அது உண்மையாகவும் இருக்கலாம், உண்மையில்லாமலும் இருக்கலாம். என்னோட ஒரே நோக்கம் இந்த கேஸ் சிபிஐக்கு போகக்கூடாது. அதுக்கு முன்னாடி நம்ம ஏதாவது செய்யனும்." அருள்மொழி கூறினார்.

"நிச்சயமா போகாது சார். என்னை நம்புங்க." ஆல்டோ கூறி முடிப்பதற்குள் ஆணையர் இராஜேந்திரன் எழுந்து நின்றார்.

"இன்னும் மூனு நாள் டைம். 72 அவர்ஸ். அதுக்குள்ள எதுவும் ப்ராக்ரஸ் இல்லன்னா கேஸை சிபிஐக்கு மாத்தச் சொல்லிடுவேன். இப்ப மணி பத்து. எதுவும் நடக்கலன்னா இன்னும் மூனு நாள் கழிச்சு பத்து மணிக்கு கேஸ் சிபிஐக்கு மாறிடும். டாட்."

விருவிருவென வெளியே சென்றார்.

\*\*\*\*\*

## மீள் உருவாக்கல்

எத்தனை ஏற்ற இறக்கங்களைச் சந்தித்தாலும் ஆல்டோவின் மனம் சமநிலையைத் தவறவிடுவது இல்லை. அதுகுறித்து அவனுக்கு ஒரு பெருமிதம் இருந்தது. துக்கமும் மகிழ்ச்சியும் அவனைப் பெரிதாகப் பாதிக்காது. ஆனால் இம்முறை ஆணையரின் சந்திப்பு முடிந்ததும் உள்ளபடியே அவன் மனம் சமநிலையை இழந்தது. எத்தனையோ வழக்குகளில் இறுதி வரை ஆல்டோவிற்கு உறுதியாக நின்ற இயக்குநர் அருள்மொழி கூட இம்முறை அவனுக்கு உதவ இயலவில்லை. கையாலாகாத்தனமும், வருத்தமும், குற்ற உணர்ச்சியும் அவனை அழுத்தின. தான் மிகுந்த மனவலிமையுடையவன் என்று அவன் கொண்டிருந்த நம்பிக்கையில் கீறல் விழுந்தது. யாரிடமும் சொல்லாமல் எங்காவது கண் காணா இடத்திற்குச் சென்று விட மனம் விரும்பியது. சில நொடி இடைவெளிகளில் இதுபோன்ற சாத்தியமில்லா பல தீர்வுகளை யோசித்தது. மொபைலில் அருள்மொழியின் வாட்ஸ் ஆப் செய்தி வந்தது.

“கார்த்திக் டோண்ட் ஸ்டிரெஸ் யுவர்செல்ஃப். ரெஸ்ட் எடுங்க. நிதானமா யோசிங்க.”

மனம் முழுக்க அலுவலகத்தில் நடந்த உரையாடல் பற்றிய சிந்தனை மட்டுமே இருந்தது. மூன்று நாள் கெடு. உண்மையில் சொல்லப்போனால் ஆல்டோவிடம் எந்த திட்டமும் இல்லை. 72 மணி நேரத்தில் நான்கு மணி நேரம் கடந்திருந்தது.

வழக்கு சிபிஐக்கு மாறுவது கிட்டத்தட்ட உறுதியாகிவிட்டது. முதன்முறை ஆல்டோ கைக்கு வந்த வழக்குத் தீர்க்கப்படாமல் மாற்றப்படுகிறது. இப்போது மனதில் சோகம் வடிந்து வெறுமை குடியேறியிருந்தது. இந்த

வழக்கை ஒத்துக் கொண்டிருக்கக் கூடாது என நினைத்தான். அடுத்த நொடி, நானா இப்படிச் சிந்திக்கிறேன் என நினைத்தான். தலை வலித்தது. கைவசம் வைத்திருந்த பாராசிட்டமால் மாத்திரைகளில் இரண்டை விழுங்கினான். ஸ்விக்கியில் ஆர்டர் செய்து பிரியாணி வரவழைத்தான். வயிறு நிறைய மட்டன் பிரியாணியை உண்டு முடித்த போது தூக்கம் கண்களைச் சுழற்றியது. தலைவலியும் சற்று குறைந்து இருந்தது. அடித்துப் போட்டது போல் தூங்கினான்.

மீண்டும் எழுந்திருக்கும் போது இரவாகியிருந்தது. வீடே இருளில் மூழ்கியிருந்தது. ஆனால் ஆல்டோவின் மனதில் ஒரு நிதானம் குடி கொண்டிருந்தது. வெளிவந்த ஏப்பத்துடன் சேர்த்து மட்டன் பிரியாணியின் மசாலா தொண்டை வரை வந்து சென்றது. ஒரு கோக் குடித்தால் தேவலை என்பது போல் இருந்தது. குளிர்சாதனப் பெட்டியைத் திறந்து ஒரு கோக் டின்னை எடுத்தான்.

தனது மடிக்கணினியை ஆன் செய்தான். விபத்துகளின் சிசிடிவி கேமரா பதிவுகள் முகப்பில் இருந்தன. பலமுறை பார்த்த காணொளிகள். மீண்டும் ஒருமுறை பார்த்தான். அனைத்தும் ஒரே மாதிரி. வாகனம் வெளிச்சப் புள்ளியாக வேகமாக வருகிறது. அந்த இடம் வந்த உடன் நிலைதடுமாறுகிறது. விழுந்து விபத்து. தரம் குறைவான காணொளிகள் என்றாலும் விபத்து தெளிவாகத் தெரிந்தது. மறுபடியும் அடுத்த காணொளியில் அதே நிகழ்வுகள். 12 விபத்துகளில் 9 விபத்துகளுக்கான காணொளி இருந்தன. முதல் மூன்று விபத்துகளுக்கு இல்லை. பதிமூன்றாவது விபத்தின் காணொளி எப்படி இருக்கும்? கற்பனையாகச் சிந்தித்தான்.

எப்படி இருக்கும்?

இந்த பன்னிரண்டு விபத்துகளின் காணொளி எப்படி இருந்ததோ அப்படித்தான் இருக்கும்.

அந்த பதிமூன்றாம் விபத்தின் காணொளி இப்போதே கிடைத்தால்....

ஆல்டோவின் மூளைக்குள் நியூரோடிரான்ஸ்மிட்டர்கள் குறுக்கும் நெடுக்குமாக ஓடின.

ஆல்டோ அருள்மொழிக்கு தொலைபேசியில் அழைத்தான்.

“சார், அந்த ஆக்ஸிடெண்ட்டை ரீக்ரியேட் பண்ணப் போறேன். அதுக்கு உங்க பெர்மிசன் வேண்டும்.”

“புரியல கார்த்திக். ரீக்ரியேட் பண்றதுன்னா?”

“கடைசி விபத்து நடந்த தேதியில் இருந்து இப்ப வரை ரேடியல் சாலையில் இரவில் பைக் எதுவும் போகல. ரோடு மொத்தமும் நம்ம கண்ட்ரோல் தான். ஆக்ஸிடெண்ட் எதுவும் நடக்கல. நம்ம டிப்பார்ட்மெண்ட்ல இருந்து ஒரு ஆளை புரொடெக்டிவ் வியர்ஸ் போட்டுட்டு பைக்ல போக வைப்போம். ஹை குவாலிட்டி நைட் விசன் கேமரா வச்சு என்ன நடக்குதுன்னு ரெகார்ட் பண்ணுவோம்.”

“என்ன நடக்கும்ன்னு நினைக்குறீங்க?”

“என்னனாலும் நடக்கலாம் சார். இதுக்குப் பின்னாடி இருக்க ஆவியோ, பேயோ, மனுசனோ அதுக்கு ஒரு ஈகோ இருக்கும்ல அதைத் தூண்டிப் பார்ப்போம் சார்.”

“சரியா வருமா கார்த்திக்?”

“மூனுநாள்ல அரை நாள் கிட்டதட்ட முடிஞ்சிருச்சு. இன்னும் ரெண்டரை நாள்தான் இருக்கு. ஸ்கெப்டிக்களா யோசிக்க டைம் இல்ல சார்.”

★★★★★

## மின்னல் வேகம்

இரும்புக் கம்பியை விட அதிக இழுவைத் திறன் கொண்ட செயற்கை நார் கெவ்ளர். கெவ்ளரைக் கொண்டு செய்யப்படும் துணிகள் புல்லட் ஃப்ரூப் ஜாக்கெட்கள், கார் ரேஸ், பைக் ரேஸ் உடைகள் போன்றவை தயாரிக்கப் பயன்படுகின்றன. கொழுந்துவிட்டு எரியும் நெருப்பையும் கடும் குளிரையும் தாங்க வல்லவை. ஆல்டோ, தனக்குத் தெரிந்த இரு சக்கர வாகன பந்தய ஓட்டுநரிடம் இருந்து கெவ்ளர் துணியால் செய்யப்பட்ட பாதுகாப்பு உடையை இரவல் பெற்றிருந்தான். ஜெர்மனியில் இருந்து இறக்குமதி ஆன பாதுகாப்பு உடை. கிராண்ட் பிரிக்ஸ் போன்ற சர்வதேச போட்டிகளில் பங்கேற்கும் வீரர்கள் அணியும் கவச உடை. விலை லட்சங்களின் உச்சத்தில் இருக்கும்.

8K UHD கேமராக்களையும் வரவழைத்திருந்தான். தொடர் விபத்து நடந்த அந்த இடத்தைச் சுற்றி நன்றாக வெளிச்சம் வரும் வகையில் விளக்குகள் அமைக்கப்பட்டன. காவல் தலைமையகத்தில் இருந்து தொழில்நுட்பப் பிரிவு குழுவினர் வந்திருந்தனர்.

இரு சக்கர வாகனத்தை ஈச்சங்காடு முதல் பல்லாவரம் வரை ஓட்டிச் செல்ல திருநாவுக்கரசு முன் வந்தார்.

“திரு..... ஒரு தடவைக்கு ரெண்டு தடவை யோசிச்சுக்கோங்க. எனக்காக இந்த ரிஸ்க்கை நீங்க எடுக்க வேண்டாம்.”

“யோசிக்கவா? இந்த மாதிரிலாம் ஹீரோயிசம்

பண்ண சான்ஸ் கிடைக்காதான்னு வெயிட்டிங் சார். லைஃப் டைம் மொமெண்ட்."

"இந்த ஆக்ஸிடெண்ட்டுக்குப் பின்னாடி இருக்கது யாரு, அவங்க கிட்ட எவ்ளோ பவர் இருக்கு, எப்படி ஆக்ஸிடெண்ட் ஆகுதுன்னு எதுவுமே நமக்குத் தெரியாது. ஆழம் தெரியாம காலை விடுறோம். கையை கட்டிட்டு கடல்ல குதிக்கிறோம். இது உங்க உயிருக்கே கூட ஆபத்தா அமையலாம். அதனாலதான் நானே பைக் ஓட்டுறேன்னு சொன்னேன்."

"இந்த மிஷனைப் பொறுத்தவரை நீங்க கேப்டன். என்னை விட நிறைய விசயங்களை டீல் பண்றவர். வெளில இருந்து பேர்ட்ஸ் ஐ வியூல பார்க்கும் போது உங்களுக்கு அதிகமா தெரியும். இந்த கேஸை பிரேக் பண்ண அது அவசியம். நீங்க பைக் ஓட்டி அதை வீணடிச்சிடக் கூடாது."

"எனக்கு ஏதோ குற்ற உணர்ச்சியா இருக்கு திரு. என் சுயநலத்துக்கு உங்கள பணயம் வைக்கிற மாதிரி."

"இதென்ன உங்க சொந்தக்காரன் கேஸா? இதுல செத்தது உங்க மாமன் மச்சானா? நம்ம வேலை இது, இதை நம்ம விசாரிக்கிறோம். உங்கள மாதிரியே நானும் டிபார்ட்மெண்ட்ல ஒரு எம்ப்ளாயி. உங்களுக்கு இருக்க அதே ரெஸ்பான்சிபிலிட்டி எனக்கும் இருக்கு. இங்க இருக்க எல்லாருக்கும் இருக்கு. இதுல நீங்க இவ்ளோ ஃபீல் பண்ண அவசியமே இல்ல. ஓவர் ஃபீலிங் உடம்புக்கு ஆகாது. ஓரமா போங்க சார்."

ஆல்டோ அரைகுறை மனதுடன் அகன்றான். அமானுஷ்ய இடத்தில் இருந்து 50 மீட்டர் தொலைவில் டெம்போ டிராவலர் வேன் நின்றது. அந்த வாகனத்தின் அகத்தில் நிறைய மானிட்டர்கள். கேமரா டிரோன்களை இயக்கும் ரிமோட்களுடன் தொழில்நுட்ப குழுவினர் இருந்தனர். ஆம்புலன்சுடன் மருத்துவக் குழு, தீயணைப்புக் குழுவினர் அருகிலேயே தயாராக நின்றனர். ஏதோ ஆங்கிலப்பட ஷூட்டிங் போல ஒளிவெள்ளத்தில் ஆரச்சாலை பரபரப்பாக இருந்தது. தூரத்தில் இருக்கும் உயரமான மாடிகளில் இருந்து சில கண்கள் அதை வேடிக்கை பார்த்தன.

“இந்த ரோட்டை கம்ப்ளீட்டா சீல் பண்ணிடுங்க. வேற யாரும் வரக்கூடாது. இன்க்ளூடிங் பெடஸ்டிரியன்ஸ்” அருகில் இருந்த காவலரிடம் ஆல்டோ கூறினான்.

“ஓகே சார்.”

அந்த பரபரப்புக்குப் பொருத்தமில்லாமல் ஜெகதீசன் மட்டும் அமைதியாகத் தனது கேமரா மொபைல் வழியாக யாருக்கும் தெரியாமல் அங்கு நடப்பதைப் பதிவு செய்து கொண்டிருந்தார்.

ஆல்டோ பாதுகாப்பு நடவடிக்கைகளைப் பலமுறை சரி பார்த்தான். கையில் இருந்த செக் லிஸ்ட் வைத்து அனைத்தும் சரியாக உள்ளதா எனப் பார்த்தான். ஆறு மணி நேரத்தில் அனைத்து ஏற்பாடுகளையும் அவசரமாகச் செய்யும் போது தவறு நேர்வதற்கு நிறைய வாய்ப்புள்ளது.

திருநாவுக்கரசு ஈச்சங்காடு சிக்னலில் இருசக்கர வாகனத்தில் அமர்ந்து இருந்தார். ஆல்டோவிடம் இருந்து சிக்னல் கிடைத்த அடுத்த நொடி கிளம்பத் தயார். ஹெல்மெட்டுக்கும் காதுக்கும் இடையில் ப்ளூடூத் ஹெட்செட்.

“நான் ரெடி சார். நீங்க சொன்னா போதும். கிளம்பிடுவேன்.” ஆக்ஸிலரேட்டரை திருகிப் பார்த்தார். விர்ரூம் என உறுமல் சத்தம் ஹெட்செட் வழியே ஆல்டோவிற்கு கேட்டது.

ஆல்டோ திரும்பி ஆரச்சாலையைப் பார்த்தான் ஆப்ரிக்க கருப்பு மாம்பா பாம்பு படுத்துக் கிடப்பதைப் போல நீண்டு இருந்தது. எங்கும் இரவின் அமைதி. ஆல்டோவின் இதயம் துடிப்பது அவனுக்குக் கேட்டது. லப் டப் என்ற சீரான துடிப்பிற்கு பதிலாக டைப்பிங் தெரியாதவர் கீபோர்டில் தட்டச்சு செய்வதைப் போன்ற சீரற்ற ரிதம்.

டிட் டிட்.......... டிட்டிடிடிட்...... டிட் டிட் டிட்..... டிடிட்டிட்டிடிட்டிடிடி.....”

“விபிசின்னு சொல்வோம். வெண்ட்ரிக்குலார் ப்ரீமெச்சூர் காம்ப்ளெக்ஸ். ஒன்னும் பயமில்ல. இதுக்குன்னு தனியா டிரீட்மெண்ட் தேவையில்லை. அப்ப பால்பிடேசன் ஃபீலிங்

வந்துட்டு போகும். அதிகமா டென்சன் ஆகாதீங்க. டீ, காபி அவாய்ட் பண்ணுங்க. நத்திங் டு ஒர்ரி."

கார்டியாலஜிஸ்ட் சாய் சொன்னது நினைவுக்கு வந்தது. நீண்ட நாட்களுக்குப் பிறகு விபிசியின் சீரற்ற இதயத்துடிப்பை உணர்ந்தான்.

"ஹலோ சார்.. லைன்ல இருக்கீங்களா? கிளம்பவா?" திருவின் கரகர குரல் ப்ளூடூத்தில் கேட்டது.

"கிளம்புங்க திரு...." எந்த உணர்ச்சியும் இன்றி கூறினான்.

மின் விளக்குகள் முழுத்திறனுடன் ஒளிர்ந்து கொண்டு இருந்தன. கேமராக்கள் மானிட்டர் வழியே வைத்த கண் வாங்காமல் அந்த அமானுஷ்ய விபத்து இடத்தை பதிவு செய்தன. அப்பதிவுகள் நேரலையாக வேனில் இருக்கும் திரையில் தெரிந்தன. பதிவு செய்யப்படுவதன் அறிகுறியாக ஒவ்வொரு காணொளியின் மேல் இடது புற ஓரத்திலும் சிவப்புப் புள்ளி தெரிந்தது.

நொடி தன்னை சிலமுறை அறுபதால் பெருக்கிக் கொண்டு நிமிடங்களாக நீண்டது. ஈச்சங்காட்டில் கிளம்பிய திருவின் இரு சக்கர வாகன முகப்பு விளக்கு வெளிச்சம் இப்போது தெரிந்தது. அதி வேகத்தில் அவர்கள் இருக்கும் இடத்தை நெருங்கிக் கொண்டிருந்தது. இப்போது பைக் உறுமலின் சத்தமும் தெளிவாகக் கேட்டது.

இன்னும் 500 மீட்டர்....

இன்னும் 100 மீட்டர்....

வெளிச்சங்களும் கேமராக்களும் சூழ்ந்த அமானுஷ்ய இடத்தை பைக் அடைந்தது. அடுத்த நொடி எந்த சிக்கலும் இன்று கடந்து சென்றது.

வாகனத்தில் இருந்த மொத்த ஆட்களும் "ஹூ...." எனக் கத்தினர். அது நிம்மதிப் பெருமூச்சிற்கும் மகிழ்ச்சி ஆரவாரத்திற்கும் இடைப்பட்ட ஒன்றாக இருந்தது.

"நத்திங் ஹேப்பண்ட் சார்."

“ஹ்ம்ம்” ஆல்டோவிற்கு படபடப்பு குறைந்தது. ஆயினும் பேச்சு வரவில்லை. பல்லாவரத்தை அடைந்த திரு பாண்ட்ஸ் மேம்பாலத்தில் ஒரு சுற்று சுற்றித் திரும்பி வந்தார்.

“இதுக்குப் போய் இவ்ளோ பயந்தீங்களே சார். ஒன்னுமே ஆகல.”

காவல் தொழில் நுட்பப் பிரிவின் பொறுப்பாளர் அருகில் வந்தார்.

“வீடியோ ரெக்கார்டிங் எல்லாம் ஏதோ ஆக்சன் மூவிஸ் மாதிரி வந்திருக்கு சார். நம்ம டிபார்ட்மெண்ட் அவேர்னெஸ் வீடியோஸ்க்கு யூஸ் பண்ணலாம்.”

திரு ஆர்வமானார். “சீரியஸ்லி?”

“யெஸ். செமையா இருக்கு.”

“ஒன்மோர் டேக் போலாமா? இன்னும் நிறைய ஆங்கிள்ல எடுத்துக் கொடுங்க” உற்சாகம் அதிகமாகியது.

“நீங்க ஓட்ட ரெடின்னா நாங்க எடுக்க ரெடி.”

மீண்டும் அடுத்த சுற்று. ஒளிவெள்ள கேமராக்கள் சூழ “ஹூ...” சத்தத்தின் நடுவே திரு எந்தத் தடங்கலும் இன்றி இரண்டாம் முறை பல்லாவரத்தை அடைந்தார். மொத்த அணியும் இனம்புரியாத உற்சாகத்தில் இருந்தது.

மீண்டும் ஒருமுறை.

மூன்றாம் முறையும் ஈச்சங்காட்டில் இருந்து வேகமாக வந்தார் திரு.

பைக் சரியாக அமானுஷ்ய இடத்தை நெருங்கிய போது, தெருவிளக்குகள் அணைந்து எரிந்து, அணைந்து எரிந்து துடித்தன.

ட்ட்ட்டிர்ர்ரீஈஈஈட்ட்ட் என பெருஞ்சத்தம்.

திரு பைக்கில் இருந்து பத்து அடி உயரத்தில் பறந்து சில மீட்டர் தூரம் காற்றிலேயே பயணம் செய்து சாலையில் விழுந்து சர்ர்க்க்க்க் என்ற சத்தத்துடன் இழுத்துச் செல்லப்பட்டார்.

திடீரென கூச்சல் குழப்பம் சூழ்ந்தது.

காவல் துறையினரும், மருத்துவக் குழுவினரும் திருவை நோக்கி ஓடினர்.

ஆல்டோ அசையாமல் நின்றான்.

★★★★★

### ரேடியஸ் முறிவு

ஐந்து நட்சத்திர விடுதி போல் இருந்த மருத்துவமனை வரவேற்பறையில் ஆல்டோ பதட்டத்துடன் அமர்ந்திருந்தான். மருத்துவமனைக்கு வெளியே பரவியிருந்த பின்னிரவின் அமைதி அங்கும் நீண்டிருந்தது. வரவேற்பறையின் நடுவில் தொங்கிக் கொண்டிருந்த சாண்ட்லியர் விளக்கில் இருந்து மெல்லிய ஒளி பரவியிருந்தது. வேறொரு சமயமாக இருந்திருந்தால் சாண்ட்லியர் அழகை இரசித்திருப்பான். இப்போது அந்த மனநிலை இல்லை. பஞ்சுமெத்தை போல் ஆல்டோவை உள்வாங்கிய சோஃபா மீது அமர்ந்திருப்பதே கடினமாக இருந்தது.

மருத்துவமனையின் தலைமை மருத்துவர் அப்துல்லா அவரது அறையில் இருந்ததால், வரவேற்பறை பணியாளர் முகத்தில் தூக்கத்தை மீறி சின்சியாரிட்டியை வலுக்கட்டாயமாக கொண்டு வந்திருந்தார். மருத்துவர் அப்துல்லா ஆல்டோவின் நண்பர் என்பதால், முன்னரே ஆல்டோ கேட்டுக் கொண்டதற்கு இணங்க ஏதேனும் விபத்து ஏற்பட்டால் அதை எதிர் கொள்ள அனைத்து வசதிகளையும் தயார் செய்து வைத்திருந்தார். ஆயினும் அவரே மருத்துவமனைக்கு வந்து நள்ளிரவு வரை காத்துக் கொண்டிருப்பார் என ஆல்டோ எதிர்பார்க்கவில்லை. துயர நேரத்தில் நண்பர்கள் தரும் ஆதரவிற்கு எல்லை ஏது?

"சீஃப் கூப்பிடுறார். போங்க சார்." வரவேற்பறை பணியாளர், மருத்துவர் அப்துல்லாவின் அறையை நோக்கிக் கைகாட்டினார். ஆல்டோ எழுந்து சென்றான்.

"நான் பயந்தது ஹெட் இஞ்சுரி, ஸ்பைன் இஞ்சுரி இருக்குமான்னு தான். நல்லவேளை அது ரெண்டும் இல்ல. கம்ப்ளீட்டா சிடி ஸ்கேன் எடுத்தாச்சு."

"ஓகே டாக்டர்."

"ஆனா இடது கை மணிக்கட்டுல டிஸ்டல் ரேடியஸ் ஃபிராக்சர். டிஸ்பிளேஸ்மெண்ட் நிறைய இருக்கு. சர்ஜரி பெஸ்ட். பிளேட் வைக்கனும்."

"மணிக்கட்டு ஃபிராக்சரா? பெரிய பிரச்சனையா டாக்டர்?"

"பயப்படாதீங்க ஆல்டோ. சின்ன பிராக்சர் தான். அந்த ஆக்ஸிடெண்ட் வீடியோ பார்த்தேன். அவ்ளோ ஃபோர்ஸ்ல இவ்ளோ சின்ன காயத்தோட தப்பிச்சது பெரிய விசயம். தட் புரொடெக்டிவ் வியர், ரியலி அமேசிங். இதெல்லாம் ஈஸியா சரி பண்ணிடலாம்."

"டே டு டே வேலை பார்க்கிறதுல, மணிக்கட்டை அசைக்கிறதுல ஏதாவது பிரச்சனை வருமா?"

"வரலாம். வெரி ரேர் சான்ஸ். சர்ஜரி ஒழுங்கா முடிஞ்சா 100% நார்மல் ஆயிடும்"

"டாக்டர் என்ன ஆனாலும் சரி, எவ்வளவு செலவானாலும் சரி, திருவுக்கு முழுசா சரி ஆயிடனும்."

"ஆல்டோ மனசைப் போட்டு குழப்பிக்காம நீங்க போங்க. நாங்க பார்த்துக்கிறோம். என்ன ஒன்னு, உங்க எஸ்.ஐக்கு டூ மன்த்ஸ் மெடிக்கல் லீவ். ரெண்டு மாசம் கழிச்சுதான் டியூட்டிக்கு வருவார்."

திருவைச் சென்று பார்த்தான். இடது கையில் மாவுக் கட்டுடன் படுத்திருந்தார். ஆல்டோவைப் பார்த்ததும் புன்னகைத்தார்.

"எப்படி இருக்கு திரு?"

"நத்திங் சார். பெருசா வலி கூட இல்ல."

"ரேடியஸ் எலும்பு ஃபிராக்சராம்"

"ரேடியல் ரோடு கேஸ்ல, ரேடியஸ் எலும்பு ஃபிராக்சர். கவிதை மாதிரி இருக்குல்ல?" இருவரும் சிரித்தனர்.

"ஃபிராக்சர் ஆகும்ன்னு நான் நினைக்கல. ஸாரி திரு."

"இது உங்க தப்பு இல்ல சார், என் தப்பு. ரெண்டு தடவை ஒன்னும் ஆகலைன்ன உடனே மூனாவது தடவை கவனம் இல்லாம ரிலாக்ஸா வந்துட்டேன். லேண்டிங் அப்ப கையை தப்பா ஊனிட்டேன். இல்லனா இந்த ஃபிராக்சர் கூட ஆகியிருக்காது. இது கம்ப்ளீட்டா என்னோட கேர்லெஸ்னெஸ் தான்."

"என்ன திரு, நல்லாத்தானே டிரைவ் பண்ணுனீங்க? எப்படி பைக் ஸ்கிட் ஆச்சு?"

"வேகமா வந்துட்டு இருக்கும் போது திடீர்னு யாரோ பைக் வீல்ல இரும்புக் கம்பியை நுழைச்சா எப்படி இருக்கும்? அப்படி இருந்துச்சு சார். ரேஸிங் டிரெஸ்ஸைத் தாண்டி உள்ள உடம்புலாம் புல்லரிச்சிச்சு. முடியெல்லாம் குத்தி நின்னுச்சு."

"பைக்கை கண்ட்ரோல் பண்ண முடியலயா?"

"ஒரு மைக்ரோ செகண்ட் வீல் அப்படியே நிக்குது. அடுத்த மைக்ரோ செகண்ட் திரும்ப ஸ்பீடா போகுது. அடுத்த மைக்ரோ செகண்ட் திரும்ப நிக்குது. இதெல்லாம் மொத்தமே ரெண்டு மூனு நொடி தான். எவ்வளவு பெரிய வித்தைக்காரனா இருந்தாலும் கண்ட்ரோல் பண்ணிருக்க முடியாது."

"எதுலயாவது மோதுன மாதிரி? இல்ல யாராவது இழுத்த மாதிரி?"

"அப்படி எல்லாம் எதுவும் இல்ல சார். பைக் ஸ்கிட் தான் ஆச்சு. அந்த பைக்கர்ஸ் டிரெஸ் மட்டும் இல்லனா ஆள் காலி. மலர் வளையம் தான் வைக்கனும்."

அப்துல்லாவிடம் மீண்டும் ஒருமுறை சிகிச்சையில் தனிக்கவனம் செலுத்தச் சொல்லிவிட்டு வீட்டுக்கு வந்தான் ஆல்டோ. நேரம் அதிகாலை நான்கை நெருங்கிக் கொண்டிருந்தது. விடிந்த பிறகு அருள்மொழி சாருக்கு தெரியப்படுத்த வேண்டும். இப்போது அவரை தொல்லை செய்ய வேண்டாம் என நினைத்துக் கொண்டான். இன்றைய நிகழ்வு தனிப்பட்ட முறையில் துயரமாக அமைந்தாலும்,

இந்த வழக்கைப் பொறுத்தவரை ஆல்டோ எதிர்பார்த்தது நடந்துவிட்டது. விரித்த வலையில் மீன் மாட்டிவிட்டது. அது ஓடுமீனா, உறுமீனா என்பது போகப் போகத்தான் தெரியும். இனி இருக்கும் ஒவ்வொரு நிமிடமும் முக்கியமான நிமிடம். எந்த கவனச் சிதறலும் இன்றி விபத்துக் காணொளிகளை ஆராய வேண்டும். எப்படியும் ஒரு இடத்தில் தேவையானது கிடைத்துவிடும். ஆல்டோவிற்கு புதிய நம்பிக்கை பிறந்தது.

அலைபேசியை அணைத்து வைத்தான். மடிக்கணினியை உயர் துல்லிய பல்லூடக இடைமுக இணைப்பான்(HDMI cable) கொண்டு 65 அங்குல தொலைக்காட்சியுடன் இணைத்தான். ஒவ்வொரு காணொளியாக ஓடவிட்டான். ஒளி உமிழ் இருமுனைய காண்திரை தொலைக்காட்சியில் (LED TV) காணொளிகள் துல்லிய தரத்தில் தெரிந்தன. இருள் நேரத்தில் மின் விளக்கின் வெளிச்சத்தை நோக்கி வந்த சிறு பூச்சிகள் கூட அத்தனை தெளிவாகத் தெரிந்தன. வெவ்வேறு இடங்களில் வைக்கப்பட்ட ஒளிப்பதிவுக் கருவிகளின் வழியே விபத்து வெவ்வேறு கோணங்களில் பதிவாகியிருந்தது. நேரம் அதிகாலை நான்கு மணியை எட்டியிருந்தது. அதற்குள் இருபது முறையாவது அந்தக் காணொளிகளை ஓடவிட்டிருப்பான். எந்தக் கோணத்தில் பார்த்தாலும் பைக்கின் மீது ஒரு தூசி கூடப் படவில்லை. தன்னாலேயே பைக் நிலைதடுமாறி விழுந்தது.

ஆனால்.......

சாலையின் இடது ஓரத்தில் வைத்து எடுக்கப்பட்ட காணொளியில் மட்டும் ஏதோ ஒரு வித்தியாசம்......

★★★★★

## ஆர்ப்பாட்டம்

"பணி நீக்கம் செய்..... பணி நீக்கம் செய்....
டிஎஸ்பியை பணிநீக்கம் செய்

கலைத்துவிடு கலைத்துவிடு
தனிப்படையைக் கலைத்துவிடு

புண்படுத்தாதே புண்படுத்தாதே
மதநம்பிக்கைகளைப் புண்படுத்தாதே..."

காலை பத்து மணிக்கு சேப்பாக்கம் விருந்தினர் மாளிகை அருகே அந்த தேசியக் கட்சியினர் பெருமளவில் கூடி திடீர் ஆர்ப்பாட்டம் செய்து கொண்டிருந்தனர். அனைத்து தொலைக்காட்சிகளிலும் அது நேரலையாக வந்து கொண்டிருந்தது.

ஆரச்சாலை வழக்கு விசாரணையைக் கண்டித்து திடீர் போராட்டம் நடத்தப்படுவது பத்திரிகையாளர்களுக்கே வியப்பாக இருந்தது.

"சென்னையில் எத்தனையோ வழக்குகளுக்கு விசாரணை நடந்திட்டு இருக்கு. இந்த குறிப்பிட்ட வழக்கை மட்டும் எதிர்த்து நீங்க போராட்டம் பண்ண காரணம் என்ன?" பத்திரிகையாளர் மன்றத்தில் நிருபர்களைச் சந்தித்த அந்த தேசியக் கட்சியின் மாநிலத் தலைவரிடம் நிருபர்கள் கேட்டார்.

"அந்த ரேடியல் ரோடுல மகேந்திரவர்மன் ஆட்சி

காலத்து காபாலிக ஷக்தி இருக்குன்றது எங்களோட மத நம்பிக்கை. அந்த மத நம்பிக்கையைப் புண்படுத்தும் விதமா விசாரணை நடக்குது."

"ஒரு சாலையில் மர்ம விபத்துகள் நடக்குது. அதை விசாரிக்குறதுல என்ன பிரச்சனை?"

"விசாரிக்கிறதுல பிரச்சனை இல்ல. யார் விசாரிக்கறது அப்படிங்கிறதுல தான் பிரச்சனை. பிரதர், உங்களுக்கு விசாரணை அதிகாரி பேரு தெரியுமா?" மாநிலத் தலைவர் கேட்டார்.

"கார்த்திக் ஆல்டோ"

"கார்த்திக் ஓகே. அதென்ன ஆல்டோ? கிரிப்டோ கிறிஸ்டியன் தானே அவர்? எங்க மத நம்பிக்கையை புண்படுத்துற மாதிரி வேண்டுமென்றே ஒரு கிரிப்டோ கிறிஸ்டியனிடம் மாநில அரசு இந்த வழக்கை கொடுத்திருக்காங்க. தமிழ்நாட்ல வேற காவல் அதிகாரி யாருமே கிடையாதா? இதை எதிர்த்து தான் போராட்டம்."

"அவர் என்ன மதம்ன்னு யாரும் இதுவரை யோசிச்சது இல்லை. யாருக்கும் உண்மையாகவே தெரியவும் செய்யாது. அவர் யாரா இருந்தா என்ன? ஒழுங்கா விசாரிச்சா போதாதா?."

"என் கிட்ட ஒரு வீடியோ இருக்கு. பிரஸ் மீட் முடியும் போது அதை ரிலீஸ் பண்றேன். அப்போ தெரியும் அவர் விசாரிக்கும் லட்சணம்."

"வழக்கமா ஆடியோ தானே ரிலீஸ் பண்ணுவீங்க. இந்த தடவை வீடியோவா?" கூட்டத்தில் இருந்து ஒரு முனகல் சத்தம் கேட்டது. அந்தக் கட்சித்தலைவர் சத்தம் வந்த திசை நோக்கித் திரும்பி முறைத்தார்.

"பிரதர் நீங்க தைரியமா வேலை செய்யுற பத்திரிகை பேரைச் சொல்லி, இதைச் சொல்லுங்க பார்ப்போம்." பார்வையின் கடுமை குறையவில்லை.

"உங்க கோரிக்கை தான் என்ன? இந்த வழக்கை அப்படியே விசாரிக்காம விட்டுறலாமா?"

“பல்லாவரம் தர்காவை கோவிலா மாத்திட்டா இந்த விபத்துகள் எல்லாம் நின்னு போய்டும்ன்னு தமிழ் தேசிய ஆன்மீகவாதி செல்வ இளங்குமரன் சொல்றார். அதைச் செய்ய உங்களை எது தடுக்குது? அதைச் செய்யாமல் விபத்தில் ஏன் மக்களை பலியாக்கனும்? அந்த ஜெராக்ஸ் காபியை எல்லாருக்கும் கொடுப்பா...” செல்வ இளங்குமரன் அறிக்கையின் நகல் பத்திரிகையாளர்களிடம் கொடுக்கப்பட்டது. அந்த அறிக்கையைப் படித்த பத்திரிகையாளர்கள் முகத்தில் வியப்புக் குறி எழுந்தது.

“எங்களைப் பொறுத்தவரை அரசியலும் ஆன்மீகமும் இரு கண்கள். இந்த வழக்கோட விசாரணை நேர்மையா நடக்கனும். மத நம்பிக்கைகளைப் புண்படுத்தாமல் ஆன்மீகவாதிகளின் உதவியுடன் விபத்துகளை தடுக்கனும். இது தான் எங்களோட கோரிக்கை.”

“கார்த்திக் ஆல்டோ இதுக்கு முன்னாடி விசாரிச்ச பரங்கிமலை கேஸில் உங்க கட்சித் தலைவர் ஒருவர், ஒரு கிரிமினலுக்காக சிபாரிசுக்கு போய், பின்னர் மன்னிப்பு கேட்டதா ஒரு நியூஸ் வந்துச்சு. அந்த கேஸ் பத்தி எழுதின பரங்கிமலை இரயில் நிலையம் புத்தகத்தில் கூட அது பதிவாகியிருக்கு. அந்த பழைய விரோதத்தை மனதில் வச்சு தான் இப்ப போராட்டம் நடத்துறீங்களா?”

“அதெல்லாம் முடிஞ்சு போன விசயம். இப்ப அந்த தலைவர் ஆக்டிவ் அரசியல்லயே இல்ல. எங்களுக்கு மாநில அரசு மேல நம்பிக்கை போய்டுச்சு. இந்த வழக்கை சிபிஐக்கு மாத்தனும்.”

“கார்த்திக் ஆல்டோ விசாரணை பத்தி ஏதோ வீடியோ இருக்குன்னு சொன்னீங்களே?”

பத்திரிகையாளர் மன்றத்தில் இருந்த தொலைக்காட்சியில் திருநாவுக்கரசு இரு சக்கர வாகனத்தில் இருந்து தவறி விழும் விபத்துக் காட்சி ஒளிபரப்பானது. அந்த காணொளியைக் கண்ட பத்திரிகையாளர்கள் மத்தியில் சலசலப்பு ஏற்பட்டது.

“கார்த்திக் ஆல்டோ ஒரு திறனற்ற போலிஸ் அதிகாரி. அவர் கவனக் குறைவா செயல்பட்டதால இன்னைக்கு ஒரு உதவி ஆய்வாளர் மருத்துவமனையில் உயிருக்குப் போராடிக் கொண்டிருக்கிறார். இதுக்கு யார் பதில் சொல்லுவா? இந்த மாநில அரசு பொறுப்பேற்குமா?“

தொலைக்காட்சியில் திருநாவுக்கரசு கீழே விழும் பகுதி மட்டும் பதற வைக்கும் இசையுடன் ஸ்லோமோஷனில் திரும்பத் திரும்ப லூப்பில் ஓடியது.

"இவ்வளவு பெரிய விபத்து நேத்து நைட் ரேடியல் ரோடுல நடந்திருக்கு. அதைப் பத்தி காவல்துறை இன்னும் அறிக்கை தரல. பத்திரிகை, மீடியா நண்பர்களுக்கும் தகவல் தரல. யாருக்கும் தெரியாமல் இந்த விபத்தை ஏன் முடி மறைக்கனும்? இதை மறைக்க வேண்டிய அவசியம் என்ன? இதற்குப் பின்னால் இருக்கும் சதி என்ன? எங்களுக்குத் தேவை வெளிப்படையான விசாரணை. வழக்கை உடனடியா சிபிஐக்கு மாத்தனும். இந்த விபத்திற்கு காரணமான கார்த்திக் ஆல்டோவை பதவி நீக்கம் செய்யனும். நன்றி வணக்கம்."

பத்திரிகையாளர் சந்திப்பு முடியும் போது, சமூக வலைத்தளங்களில் திருநாவுக்கரசின் விபத்து வீடியோ அந்தக் கட்சியினரால் வைரலாக்கப்பட்டுக் கொண்டிருந்தது.

தேசியக் கட்சித் தலைவர் பேட்டியை முடிக்கப் போகும் நேரம் பத்திரிகையாளர்களிடையே திடீர் பரபரப்பு ஏற்பட்டது.

"ஆரச்சாலை கேஸ் பத்தி தாம்பரம் கமிசனர் பிரஸ் மீட் தர்றாறாம்.... முக்கியமான பிரஸ் மீட்டாம்......."

அனைத்து வாகனங்களும் தாம்பரம் ஆணையர் அலுவலகம் நோக்கி விரைந்தன.

******

## கருப்பு ஆடு

தேசியக் கட்சித் தலைவர் பேட்டி கொடுத்து முடித்த அடுத்த 30 நிமிடத்தில் தாம்பரம் காவல் ஆணையர் அலுவலகத்தில் பத்திரிகையாளர் சந்திப்பு தொடங்கி-யிருந்தது.

"ஆரச்சாலை தொடர் விபத்து வழக்கில் முக்கிய தடயம் இன்று கைப்பற்றப்பட்டுள்ளது. அதன் அடிப்படையில் குற்றவாளி அடையாளம் காணப்பட்டுள்ளார். தடயவியல் சோதனைக்குப் பிறகு முழுமையான விவரங்கள் தெரியவரும்." ஆணையர் இராஜேந்திரன் ஒவ்வொரு வார்த்தைக்கும் இடைவெளிவிட்டு கையில் இருந்த வெள்ளைத்தாளைப் பார்த்து நிதானமாகப் படித்தார். பத்திரிகையாளர்களிடையே பரபரப்பு கூடியது.

"குற்றவாளியை கைது செஞ்சாச்சா சார்?"

"குற்றவாளியை நெருங்கிட்டோம். கூடிய சீக்கிரம் பிடிச்சிருவோம்."

"தொடர் விபத்துகள் எப்படி நடந்தது? அதற்கான விளக்கம் இருக்கா?"

"எப்படி விபத்து நடந்தது, அதற்குப் பின்னால் இருக்கும் மர்மம் என்ன என அனைத்தும் விளக்கமாக காவல்துறையின் சார்பில் அறிக்கையாக விரைவில் வெளி-யிடப்படும்."

“நேத்து நைட் போலிஸோட கவனக்குறைவால ரேடியல் ரோடுல ஆக்ஸிடெண்ட் நடந்ததாகவும், ஒரு போலிஸ் அதிகாரிக்கு காயம் ஏற்பட்டதாகவும் வீடியோ ரிலீஸ் ஆயிருக்கு. அதப்பத்தி உங்க கருத்து என்ன சார்?”

“அது விபத்து எப்படி நடக்குதுன்னு தெரிஞ்சுக்க போலிஸ் நடத்திய டிரையல். யாரோ அந்த வீடியோவை தப்பா லீக் பண்ணிருக்காங்க. அவங்க மேல சட்டப்படி நடவடிக்கை எடுக்கப்படும்”

“அந்த உதவி ஆய்வாளர் மருத்துவமனையில் உயிருக்குப் போராடிக்கொண்டு இருக்காதா சொல்றாங்களே?”

“அவர் நலமா இருக்கார். அவருக்கு ஏற்பட்டது சிறிய காயம் தான். இன்னும் ஓரிரு தினங்களில் வீடு திரும்புவார். வேணும்னா மருத்துவமனைக்குச் சென்று நீங்களே பார்க்கலாம்.”

“கார்த்திக் ஆல்டோவை இந்த கேஸ்ல இருந்து நீக்கனும், சிபிஐக்கு கேஸை மாத்தனும்ன்னு கோரிக்கை எழுந்திருக்கே சார்?”

“அதுக்கு அவசியமே இல்ல. ரெண்டு வருசமா முடிக்கப்படாத இந்த கேஸ் கார்த்திக் ஆல்டோவாலதான் இன்னைக்கு முடிவை நோக்கி வந்திருக்கு. இந்த வழக்கு சிபிஐக்கு மாற்றப்படாதுன்னு முதலமைச்சரே சொல்லிட்டார்.”

“ரேடியல் ரோடுல திரும்ப இரவுப் போக்குவரத்து அனுமதிக்கப்படுமா?”

“டிப்பார்ட்மெண்ட் மீட்டிங்ல அது பத்தி முடிவு செய்வோம்” ஆணையர் எழுந்தார்.

“சார் ஒன் மோர் கொஸ்டீன்... சார் ஒன் மோர் கொஸ்டீன்...” என எழுந்த குரல்களைப் பின்னுக்குத் தள்ளிவிட்டு அறையைவிட்டு வெளியேறினார்.

“ஆரச்சாலை தொடர் விபத்து வழக்கில் முக்கிய தடயம் சிக்கியது” எனும் ஒரு வரி முந்தைய அனைத்துச் செய்திகளையும்

பின்னுக்குத் தள்ளி முக்கிய செய்தியாக ஒளிபரப்பானது.

சில மணி நேரங்கள் முன்:

ஆல்டோ இருபது முறையாவது அந்தக் காணொளிகளை ஓடவிட்டிருப்பான். எந்தக் கோணத்தில் பார்த்தாலும் பைக்கின் மீது ஒரு தூசி கூடப் படவில்லை.

ஆனால்......

சாலையின் இடது ஓரத்தில் வைத்து எடுக்கப்பட்ட காணொளியில் மட்டும் ஏதோ ஒரு வித்தியாசம்......

ஒரு வைப்ரேசன் போலச் சிறிய அதிர்வு. 0.5x வேகத்தில் ஓடவிட்டு நுணுக்கமாகப் பார்த்தான். சாலையில் நடுச்சுவர் ஓரமாகக் கிடந்த ஆணி, நட்டு போன்ற இரும்புப் பொருட்கள் சாலையின் நடுப்புறச் சுவரில் சிறிது உயரம் வரை ஈர்க்கப்பட்டு பின்னர் விழுந்தன. காணொளியில் பார்ப்பதற்கு அவை துள்ளிக்குதிப்பது போல் இருந்தது.

"அந்த நடுச்சுவர்....."

அதை எப்படிக் கவனிக்காமல் விட்டோம்.

அதிகாலை நேரத்தில் தனது காரை எடுத்துக் கொண்டு அதிவேகத்தில் ஆரச்சாலை நோக்கி விரைந்தான்.

திரு விழுந்த இடத்தில் சாலையின் நடுச்சுவர் அமானுஷ்யத்தை தன்னுள் தாங்கிக் கொண்டு அமைதியாக நின்றது. மொபைலை டிரைபாடில் பொருத்தி வீடியோ பதிவு செய்ய ஆரம்பித்தான். பொதுவாகச் சாலையின் நடுச்சுவர்கள் அடிப்பாகம் அகலமாகவும் மேலே குறுகலாகவும் உள்ளீடு இன்றி செய்யப்படுபவை. காரின் டூல் கிட்டில் இருந்த ஒரு சுத்தியலை எடுத்து அதிக பலம் கொடுக்காமல் நடுச்சுவரைத் தட்டினான். ஒரு இடத்தில் தட்டும் போது "தொம் தொம்" எனச் சத்தம் வித்தியாசமாக இருந்தது. நான்காவது தட்டில் காரை பெயர்ந்து விழுந்து சிறிய இடைவெளி தெரிந்தது. டார்ச் லைட்டை உள்ளுக்குள் அடித்துப் பார்த்தான்.

உள்ளுக்குள் கறுப்பாக பேட்டரி போல ஏதோ ஒன்று தெரிந்தது. ஆல்டோ ஆர்வமானான். மேலும் காரைகளைப் பெயர்த்து எடுத்து விரிசலை அதிகமாக்கினான். நடுச்சுவரில் புதைத்து வைக்கப் பட்டிருந்த ஒரு கருவியின் தலைப்பாகம் வெளியே தெரிந்தது.

மணி அதிகாலை ஐந்தரையை நெருங்கிக் கொண்டிருந்தது. இயக்குநர் அருள்மொழியை அலைபேசியில் அழைத்தான்.

"சார், கேஸ்ல ஒரு பெரிய பிரேக் த்ரூ....."

இரவு நடந்த பைக் பயணம், விபத்து தொடங்கி தற்போது கண்டுபிடிக்கப்பட்ட கருவி வரை அனைத்தையும் கூறி முடித்தான்.

"கார்த்திக் உடனே பல்லாவரம் ஸ்டேசனுக்கு இன்பார்ம் பண்ணி அந்த மொத்த ஏரியாவையும் சீல் பண்ணுங்க. நான் கமிசனர் கிட்ட பேசுறேன்."

"இந்த பிளாக் பாக்ஸை அனாலிசிஸ் செஞ்சா எப்படி ஆக்ஸிடெண்ட்ஸ் நடக்குதுன்னு தெரிஞ்சிடும். அதுக்கு எனக்கு ஹெல்ப் வேணும் சார்."

"அண்ணா யுனிவர்சிட்டி புரொஃபசர் சுதாகர் கிட்ட பேசுறேன். அவர் ஹெல்ப் பண்ணுவார்."

அண்ணா பல்கலைக்கழகத்தை கார்த்திக் ஆல்டோ அடைந்த போது காலை ஆறரை மணி ஆகியிருந்தது. பேராசிரியர் சுதாகர் தனது பரிசோதனை நிலையத்தில் காத்திருந்தார். இயக்குநர் அருள்மொழியுடன் ஒருமுறை மதிய உணவின் போது சுதாகரை கார்த்திக் ஆல்டோ சந்தித்து இருந்தான். அதை அவரும் நினைவு கூர்ந்தார். அவருடன் மற்றொரு இளம்பெண்ணும் இருந்தார். தடுப்புச் சுவரில் மறைத்து வைக்கப்பட்டிருந்த அந்த கருப்புக் கருவியை அவரிடம் ஒப்படைத்தான். எடை மிகுந்த அந்தக் கருவியை பரிசோதனைக்கூடத்தில் இருந்த சிமெண்ட் திண்டில் வைத்த போது, அந்த திண்டு அதிர்ந்தது.

"இவங்க யாருன்னு சொல்லலயே புரொஃபசர்?"

“என்னோட ஸ்டூடண்ட் பூஜா. ஹெல்ப்புக்காக வரச்சொன்னேன். என்னை மாதிரியே இவரையும் நம்பலாம்.”

இருவரும் அதன் வெளிப்புறத்தைக் கிட்டத்தட்ட அரைமணி நேரம் ஆராய்ந்தார். அப்பெண் அந்த கருவியின் அடிப்பாகத்தில் இருந்த பார்கோடு எண்களை வைத்து இணையத்தில் தேடினார். அவற்றின் மேலதிக இணைப்புகளைச் சொடுக்கிப் படித்தார். சில இணைப்புகளைப் பேராசிரியர் சுதாகரிடம் காட்டினார். இருவரும் தங்களுக்குள் பேசிக் கொண்டனர்.

அந்தக் கருவியின் ஒரு பக்க திருகாணிகளைப் பொறுமையாகக் கழற்றி அதன் உள்ளுறுப்புகளைக் கவனமாக ஆராய்ந்தனர். வோல்டேஜ் மீட்டர் போன்று இருந்த கருவிகளை வைத்துப் பரிசோதித்தனர். இரவு முழுக்க உறங்காததால் ஆல்டோவிற்கு தூக்கம் கண்களைச் சுழற்றியது.

“ஆல்டோ, இது எலக்ட்ரோ மேக்னடிக் பல்ஸ் ஜெனரேட்டர். சுருக்கமா இ.எம்.பி ஜெனரேட்டர்ன்னு சொல்வாங்க. தமிழ்ல சொல்லனும்னா மின்காந்த அலைத்துடிப்பு உருவாக்கி. இது தடை செய்யப்பட்ட மெசின். அனுமதி இருக்கவங்க மட்டும் தான் பயன்படுத்த முடியும். ஆனா சர்வதேச கள்ளச் சந்தையில் சுலபமா கிடைக்கும்.”

“அது என்ன மெசின் புரொஃபசர்? கொஞ்சம் விளக்கமா சொல்ல முடியுமா?”

“இந்த மாதிரியான மெசின்கள் திடீர்ன்னு ஒரு அலை மாதிரி எலக்ட்ரோ மேக்னடிக் ஃபீல்ட் அதாவது மின்காந்த புலத்தை தங்களைச் சுத்தி உருவாக்கும். இந்த மெசின்களோட சக்திக்கு ஏத்த மாதிரி அந்த மின் காந்த புலத்தோட அளவும், வலிமையும் இருக்கும். நீங்க கொண்டு வந்த இந்த மெசின் ஒரு மிட் ரேஞ்ச் மெசின். சில மீட்டர் வரை எலக்ட்ரோ மேக்னடிக் ஃபீல்டை கிரியேட் பண்ணும். இன்னும் பெரிய மெசின் எல்லாம் இருக்கு.”

“இந்த எல்க்ட்ரோ மேக்னடிக் ஃபீல்ட் என்ன செய்யும்?”

“எலக்ட்ரோ மேக்னடிக் ஃபீல்டில் இருக்க எலக்ட்ரானிக்

டிவைஸ்கள், சர்கியுட் போர்டுகள் ஒழுங்கா வேலை செய்யாது. உதாரணமா செல்போன் இருந்தா அது வேலை செய்யாது. டிவி ஆஃப் ஆயிடும், கம்ப்யூட்டர் ஒழுங்கா வேலை பார்க்காது, இப்படி எல்லாமே ஸ்தம்பிச்சு நின்னுடும்."

★★★★★

## மின்காந்த ஆயுதம்

ஆல்டோ அந்த கருப்பு இயந்திரத்தை மற்றும் ஒருமுறை சுற்றி வந்தான்.

“இந்த மெசினை எதுக்கு பயன்படுத்துறாங்க?”

“போர்ல எதிரி நாட்டு எலக்ட்ரானிக் டிவைஸ்களை செயல் இழக்க வைக்க பயன்படுத்துறாங்க. சில இடங்கள்ல செல்போன் ஜாமராக் கூட இந்த இ.எம்.பி டிவைஸ் யூஸ் ஆகுது. சட்டவிரோதமா கிரிமினல்ஸ் இதை எலக்ட்ரானிக் பாதுகாப்பு விசயங்களை பிரேக் பண்ண பயன்படுத்துறாங்க.“

“இது எப்படி ஆபரேட் ஆகும்?”

“நீங்க எடுக்கும் போது இந்த மெசின் பவர்ல கனெக்ட் ஆகி இருந்ததா?”

“ஆமா. ஸ்டிரீட் லைட்டுக்கு போற பவர்ல இருந்து வயர் எடுத்து இதுக்கு கொடுத்திருந்தாங்க.”

“ஓகே. இதுல ஆர்.எஃப் ரிசீவர் இருக்கு. ஸோ, ரிமோட் கண்ட்ரோல் வச்சு கண்ட்ரோல் பண்ணி-யிருக்கனும்.”

“இதை வச்சு ஆக்ஸிடெண்ட் உருவாக்க வாய்ப்பு இருக்கா? எப்படி பைக் ஆக்ஸிடெண்ட் ஆகும்?”

“வாய்ப்பு இருக்கான்னு கேட்டா கண்டிப்பா இருக்குன்னு தான் சொல்வேன். ஆனா எப்படின்னு கேட்டா கொஞ்சம் யோசிக்கனும். உடனே சொல்லிட முடியாது. நிறைய ரிசர்ச் பண்ணனும்.”

இருவரின் உரையாடலில் அந்த இளம்பெண் பூஜா குறுக்கிட்டார்.

"சார், ஒரு விசயம். ரெண்டு வருசம் முன்ன நம்ம அண்ணா யுனிவர்சிட்டில "Pro-fest"னு ஒரு இண்டர் காலேஜ் காம்பெடிஷன் நடத்துனோம் ஞாபகம் இருக்கா சார்?

"ஆமா. Project oriented competition festival. Cash prize 5 lakh. அதை எப்படி மறக்க முடியும்?"

"அந்த காம்பெடிஷனுக்கு இதே மாதிரி ஒரு புராஜக்ட் வந்தது சார். ரோட்ல வேகமா போற கார்களை இ.எம்.பி ஜெனரேட்டர் வச்சு தடுத்து நிறுத்துறது."

ஆல்டோ ஆர்வமானான்.

"அந்த புராஜக்ட்டோட டிடெயில்ஸ் கிடைக்குமா?"

"போட்டிக்கு வந்த எல்லா புராஜக்ட் பிரசண்டேசன்ஸையும் ஜி-டிரைவ்ல பேக்-அப் பண்ணிருக்கேன். தேடுனா எடுத்திடலாம்."

"ப்ளீஸ் டூ இட் அஸ் எர்லி அஸ் பாசிபிள்" ஆல்டோ அவசரப்படுத்தினான்.

பூஜா தனது மடிக்கணினியை எடுத்து தேட ஆரம்பித்தார்.

அவர்கள் அந்த இயந்திரத்தைப் பரிசோதித்த போது ஆல்டோவிற்கு வந்த உறக்கம் இப்போது முற்றிலும் காணாமல் போனது. ஒவ்வொரு நொடியிலும் ஆயிரம் சிந்தனைகள், ஆயிரம் கணக்கீடுகள் அவனது மனதில் ஓடின.

"காட் இட்...... 'இ.எம்.பி பேஸ்டு நான்-காண்டாக்ட் வெஹிக்கிள் கண்ட்ரோல் சிஸ்டம்' இதான் அந்த புராஜக்ட் பேரு."

"அந்த புராஜக்ட் செஞ்ச இன்ஸ்டிடியூட் பால்ஸ் இஞ்சினியரிங் காலேஜான்னு பாருங்க."

"எஸ் சார். எப்படி உங்களுக்குத் தெரியும்.?

“Common sequences are more common than uncommon sequences. அந்த புராஜக்ட் கைடு பேர் கிருஷ்ண குமாரான்னு பார்க்க முடியுமா?”

மடிக்கணினியைப் பார்த்து வாசித்தார் “புராஜக்ட் பை - அபிநயா சண்முகம், பிரவீண் முருகேசன், ஆனந்த் நவீன்குமார். அண்ட். ஃபேகல்டி கைட் - கிருஷ்ண குமார்..... எஸ் சார். ஃபேகல்டி கைட் - கிருஷ்ண குமார்.”

“கிருஷ்ண குமார் அலைஸ் கே.கே.” ஆல்டோ தனது உள்ளங்கையில் குத்திக் கொண்டான்.

“இந்த புராஜக்ட் வச்சு எப்படி ஆக்ஸிடெண்ட் ஆகியிருக்கும்? எனி எக்ஸ்பிளனேசன்ஸ் புரொஃபசர்?”

பேராசிரியர் சுதாகர் அந்த பவர் பாயிண்ட்டை ஐந்து நிமிடம் செலவழித்துப் படித்தார்.

“இந்த புராஜக்ட் குட் லாஜிக்கல் திங்கிங் ஆல்டோ. எப்படி பிரைஸ் மிஸ் ஆச்சுன்னு தெரியல. இப்ப இருக்க எல்லா கார்லயும் ஏபிஎஸ் பிரேக்கிங் இருக்கு. ஆண்டி லாக் பிரேக் சிஸ்டம். அதாவது கார் பிரேக் பிடிக்கும் போது சக்கரம் முழுசா லாக் ஆகாம காரோட வேகத்துக்கு ஏத்த மாதிரி விட்டு விட்டு லாக் ஆகும். இதனால கார் ஸ்கிட் ஆகுறது தவிர்க்கப்படும். டிரைவருக்கு பிரேக்கிங் அப்ப நல்ல கண்ட்ரோல் கிடைக்கும் இப்படி நிறைய பலன்.”

“ஆமா. ஏபிஎஸ் பிரேக்கிங் பத்தி எனக்கும் கொஞ்சம் தெரியும்.”

“அந்த ஏபிஎஸ்ல நிறைய சென்சார்ஸ் அன்ட் ஒரு செண்ட்ரல் கண்ட்ரோல் யூனிட் இருக்கும். சில சென்சார் சக்கரங்களோட சுழற்சியை சென்ஸ் பண்ணும், சில சென்சார் காரோட வேகத்தை சென்ஸ் பண்ணும். ரெண்டு இன்புட்டையும் வச்சு செண்ட்ரல் கண்ட்ரோல் யூனிட் எந்த சக்கரத்தில பிரேக் அப்ளை பண்ணனும், எந்த சக்கரத்தை சுத்த விடனும்ம்னு முடிவு பண்ணும். இதான் ஏபிஎஸ்ஸோட மெக்கானிசம்.”

“ஓகே....”

"இந்த இ.எம்.பி ஜெனரேட்டார் வச்சு எலக்ட்ரோ மேக்னடிக் ஃபீல்ட் கிரியேட் பண்ணி அந்த ஏபிஎஸ் செண்ட்ரல் கண்ட்ரோல் யூனிட்டோட சர்க்யூட்டை அட்டாக் பண்ணுனா இந்த மெக்கானிசம் எல்லாம் கொலாப்ஸ் ஆகி தாறுமாறா பிரேக் அப்ளை ஆகிடும். கார் நின்னுடும். சட்ட விரோதமா தப்பிச்சுப் போற கார்களை நிறுத்த இதைப் பயன்படுத்தலாம். இதான் இந்த புராஜக்ட்"

"இதையே காருக்கு பதிலா ஏபிஎஸ் இருக்க பைக்ல பண்ணுனா?"

"அந்த பைக்ல ஏபிஎஸ் சிஸ்டம் கொலாப்ஸ் ஆகி தாறுமாறா பிரேக் அப்ளை ஆகிடும்"

"வேகமா போற பைக்ல திடீர்னு ஏபிஎஸ் அப்ளை ஆச்சுனா ஸ்கிட் ஆகி கீழ விழுந்திடுவாங்க. ஸோ சிம்பிள். எவ்ளோ ஈஸியா இவ்ளோ பெரிய சம்பவத்தை செஞ்சிருக்கார் இந்த கே.கே" ஆல்டோ வியந்தான்.

"இட்ஸ் கே.கே" அருள்மொழிக்கு தனிச்செய்தி அனுப்பினான் ஆல்டோ.

"ஹண்ட்" பதில் உடனடியாக வந்தது.

வேட்டை தொடங்கியது.

★★★★★

## மன்னிப்பு

பல்லாவரத்தின் மேற்கே திருநீர்மலையின் யாருமில்லாத உச்சியில் வெயிலில் அமர்ந்து இருந்தார் ஜெகதீசன். மனம் மிகுந்த சஞ்சலத்திற்கு உள்ளாகும் போது இங்கு வருவது வழக்கம். ஆனால் இம்முறை இருக்கும் மன அழுத்தம் இதுவரை அவர் வாழ்க்கையிலேயே சந்தித்து இராதது. வெயிலில் காய்ந்து கொண்டிருந்த பாறை மீது அமர்ந்து அழுத்தம் தாங்காமல் வெடித்து அழுதார்.

ஒரு கணம் மலையில் இருந்து குதித்து விடலாமா என அவருக்குத் தோன்றியது. எப்பேர்ப்பட்ட நம்பிக்கை துரோகத்தை விளையாட்டுத்தனமாகச் செய்து விட்டோம் என நினைக்கும் போது அவரின் நெஞ்சு வலித்தது. அதைவிட அதிக அளவு வலி தனது நெருங்கிய நண்பனால் ஏமாற்றப்பட்டதை நினைக்கும் போது ஏற்பட்டது.

"இனி எப்படி ஸ்டேஷனுக்கு போவது? எப்படி கார்த்திக் ஆல்டோ முகத்தில் விழிப்பது? என்ன காரணம் சொல்வது? சொன்னாலும் அவர் நம்புவாரா? நான் செய்த தவறுக்கு என்ன தண்டனை? அசட்டையாக எவ்வளவு பெரிய பாதிப்பை உண்டாக்கியிருக்கேன்?"

ஒரு முடிவு எடுத்தவராக திருநீர்மலையில் இருந்து கீழிறங்கினார். நேராக பல்லாவரம் காவல் நிலையம் வந்தார். யாரிடமும் பேசாமல் சரசரவென ஒரு வெள்ளைத் தாளை எடுத்து எழுதத் தொடங்கினார்.

"அன்புள்ள கார்த்திக் ஆல்டோ அவர்களுக்கு,

நேற்று வெளியாகிய அந்த விபத்து வீடியோவை மொபைலில் எடுத்தது நான் தான். நீண்ட வருடங்களாக

எனக்குப் பழக்கமான நண்பன் ஒருவன் கடந்த சில மாதங்களாக என்னுடன் நெருங்கிப் பழகினான். அவன் தேசியக் கட்சியில் ஒரு பதவியில் உள்ளான். என்னைக் குடியரசுத் தலைவர் விருதுக்குப் பரிந்துரைக்க மத்திய அமைச்சரிடம் பேசியுள்ளதாக ஆசைகாட்டி நெருங்கினான். அவனது உள்நோக்கம் அறியாமல் நானும் நெருங்கிப் பழகினேன். பேச்சுவாக்கில் ஆரச்சாலை வழக்கு தொடர்பான சில விசயங்களையும் கேட்டறிந்தான். அவனை ஆபத்தற்றவன் என நினைத்துச் செல்வ இளங்குமரன் அறிக்கை தொடங்கிப் பல விசயங்களை அவனுடன் நான் பகிர்ந்து கொண்டேன். அப்படியாக நேற்று நான் எடுத்த வீடியோவையும் பகிர்ந்தேன். ஆனால் அவர்கள் அதை வைத்து இவ்வளவு கேவலமாக அரசியல் செய்வார்கள் என நான் எதிர்பார்க்கவில்லை. இந்தப் பிரச்சனைகள் அனைத்திற்கும் நானே காரணம். இதற்கு நிர்வாக ரீதியாகவும், நீங்கள் தனிப்பட்ட முறையிலும் என்ன நடவடிக்கை எடுத்தாலும் ஏற்றுக் கொள்ளத் தயாராக உள்ளேன். நான் செய்த குற்றம் மன்னிக்க இயலாதது. இருந்தாலும் இதற்கு மன்னிப்பு கோருவது ஒன்றே வழி. தயவு செய்து மன்னிக்க முயற்சிக்கவும்.

இப்படிக்கு<br>
ஜெகதீசன், ஆய்வாளர்,<br>
எஸ்.5 பல்லாவரம் காவல் நிலையம்.

கலங்கிய கண்களும், வீங்கிய முகமுமாகக் கையில் கடிதத்துடன் ஆல்டோவின் அறைக்குள் நுழைந்தார்.

“என்ன ஜெகதீசன் சார் முகமெல்லாம் வீங்கி இருக்கு நைட் தூங்கலயா?” ஆல்டோ இயல்பாகக் கேட்டான்.

எதுவும் பேசாமல் அந்தக் கடிதத்தைக் கொடுத்தார். ஆல்டோ அதைப் பொறுமையாகப் படித்தான்.

“அந்த வீடியோ எடுத்த ஆங்கிள் பார்த்த உடனே கண்டுபிடிச்சிட்டேன். எனக்கு லெப்ட் சைட்ல இருந்து எடுத்த வீடியோ. நேத்து நைட் எனக்கு லெப்ட் சைட்ல ரொம்ப நேரம் இருந்த ஒரே ஆள் நீங்க தான்.”

“என்னோட நெருங்கிய நண்பன்னு நினைச்சேன் சார். அவன்

இப்படி செய்வான்னு எதிர்பார்க்கல. நான் கொஞ்சம் கரடு முரடான ஆளு. திமிரா எடுத்தெறிஞ்சு பேசுவேன். ஆனா கடவுள் சத்தியமா யாருக்கும் நம்பிக்கை துரோகம் செய்ய நினைச்சதில்லை சார்." மீண்டும் கண்ணீர் வழிந்தது.

"எதுக்கு சார் இவ்ளோ ஃபீல் பண்றீங்க. ஃப்ரீயா விடுங்க."

"எனக்கு கடவுள் நம்பிக்கை இருக்கு, நமக்கு மேல ஒரு சக்தி இருக்குன்னு நம்புறேன். ஆனா அந்த நம்பிக்கையை, கூட இருக்க இன்னொரு மனுஷன் வாழ்க்கையை நாசமாக்க நான் பயன்படுத்த மாட்டேன். பயன்படுத்த விடவும் மாட்டேன்."

"தமிழ்நாட்ல பெரும்பாலானவங்க அப்படித்தான் ஜெகதீசன் சார். நான் தான் எதுவுமே சொல்லலயே."

"என்னைய திட்டிருங்க சார். வேணும்னா ரெண்டு அடி கூட அடிச்சுக்கோங்க. இதை எல்லாம் செய்தது நான் தான்னு என் கைப்பட எழுதி கொடுத்துருக்கேன். டிப்பார்ட்மெண்ட்ல என்ன ஆக்சன் வேணும்னாலும் எடுத்துக்கோங்க."

"ஒரு மனுசனோட நோக்கத்தை தெரிஞ்சுக்கிறது பெரிய விசயமே இல்ல. உங்களைப் பத்தி எனக்கு நல்லாத் தெரியும். இதை எல்லாத்தையும் இங்கயே மறந்துடுங்க."

ஆல்டோ அந்தக் கடிதத்தை மெதுவாகக் கிழித்துப் போட்டான்.

"எனக்கு ஒரே ஒரு வருத்தம் தான். தமிழ்நாட்டுக்காரனா இருந்துட்டு இவ்வளவு ஈஸியா அவனுங்ககிட்ட ஏமாந்துட்டிங்களேன்னு மட்டும்தான் வருத்தம். நம்ம பொறுப்பை நம்ம உணரனும் சார்"

தலை கவிழ்ந்து நின்றார்.

"அடுத்த வேலையைப் பார்ப்போம். இனிமே தான் நமக்கு நிறைய ஒர்க் இருக்கு. கிருஷ்ணகுமாரை கண்டுபிடிக்கனும். திருவும் ஹாஸ்பிடல்ல இருக்கார்."

"இல்ல சார், இனிமே நான் இந்த கேஸ்ல இருக்கது நல்லா-

யிருக்காது. நான் விலகிக்கிறேன்."

"ஏன் ஜெகதீசன், நான் சொல்றத கேட்கவே கூடாதுன்னு முடிவோட வந்துருக்கீங்களா? ஐ டோல்ட் டு ஒர்க் ஆன் திஸ் கேஸ்" ஆல்டோ குரலை உயர்த்தினான்.

"ஸாரி சார். யெஸ் சார்."

"கிருஷ்ணகுமார் பத்தி இந்த ஸ்டேசன்ல இருக்க எல்லா டிடெயிலும் இன்னும் அரை மணி நேரத்தில் என் டேபிளுக்கு வந்தாகனும்."

"யெஸ் சார்."

"ஜெகதீசன், ஒரு முக்கியமான விசயம். அந்த லேடி, மீனா அகர்வால் கிட்ட திரும்ப ஜூம் கால் ஏற்பாடு பண்ணுங்க. உடனே, இம்மீடியேட்டா. பிரஸ், கிருஷ்ண குமார் மேட்டரை லீக் பண்றதுக்கு முன்னாடி நம்ம மீனா அகர்வால் கிட்ட பேசியாகனும்."

"ஓகே சார்."

அரைமணி நேரமாக ஆல்டோ காத்திருந்தான். ஜெகதீசன் வரவில்லை. எழுந்து ஜெகதீசனின் அறைக்குச் சென்றான்.

"சார் அந்தம்மா ஆஃப்லைன்ல இருக்காங்க. மொபைலும் நாட் ரீச்சபிள். எவ்வளவோ டிரை பண்ணிட்டேன்."

"அகர்வால் அசோசியேட் நம்பர் இருக்கா?"

"நெட்ல தேடிப்பார்த்தா கிடைக்கும் சார்"

"ஹலோ அகர்வார் அசோசியேட்? கேன் ஐ ஸ்பீக் டு மீனா அகர்வால்?"

"ஸாரி சார். ஷி இஸ் நாட் அவய்லபிள்."

"கேன் யூ ஹெல்ப் மீ டு காண்டாக்ட் ஹெர்?"

ஆல்டோவின் பேச்சைக் கேட்காமல் மறுமுனை வைக்கப்பட்டது.

அப்போது ஜெகதீசனின் அலைபேசிக்கு ஒரு எஸ்.எம்.எஸ் வந்தது.

"நான் பயணத்தில் இருக்கிறேன். இரண்டு மணி நேரம் கழித்து கால் செய்யவும். - மீனா அகர்வால்."

ஆல்டோ தளர்வாக நாற்காலியில் அமர்ந்து அலைபேசியை எடுத்தான்.

*****

### அரட்டை

"எல்லா நியூஸ் பேப்பர்லயும் உன் பேர் தான். ஒரே நாள்ல ஹீரோ ஆயிட்ட போல." ஆல்டோவின் வாட்ஸ் ஆப்பில் மெசேஜ் வந்தது.

"ஹீரோவா? கரணம் தப்பினால் மரணம்ன்னு இருந்தேன். கொஞ்சம் மிஸ் ஆயிருந்தா, இந்த கேஸ் சிபிஐக்கு போய்ருக்கும். மொத்த டீமுக்கும் பெருத்த அவமானம் ஆயிருக்கும். சொல்ல முடியாது, திருநாவுக்கரசு ஆக்ஸிடெண்ட் விசயத்தில் என்னை சஸ்பெண்ட் கூட செஞ் சிருப்பாங்க."

"எத்தனை கேஸ் சால்வ் பண்ணிருப்ப, இந்த ஒரு பிரச்சனைக்காகவா சஸ்பெண்ட் பண்ணப் போறாங்க?"

"உனக்கு வயசு என்ன?"

"சொல்லமாட்டேன்."

"தெரிஞ்சுக்கிறதுக்காக இல்ல. ஒரு எடுத்துக்காட்டுக்காகக் கேட்கிறேன்."

"அந்த எடுத்துக்காட்டை உன் வயசை வச்சு சொல். எதுக்கு என் வயசு?"

"சரி நம்ம ரெண்டு பேர் வயசும் வேண்டாம். மூனாவது யாரோ ஒரு ஆள்ன்னு வச்சுக்குவோம். அவருக்கு வயசு முப்பது. அவர் எத்தனை வருசம் தொடர்ச்சியா மூச்சு விட்டுருப்பார்?"

"இதென்ன கேள்வி? முப்பது வருசமா தொடர்ச்சியா மூச்சு விட்டுருப்பார்."

"சரி, முப்பது வருசமா தொடர்ச்சியா மூச்சு விடுறார்ல? பத்து நிமிசம் நிறுத்தி ரெஸ்ட் எடுத்துட்டு திரும்ப மூச்சு விடலாமா?"

"அதெப்படி முடியும்? செத்துருவார்ல?"

"அப்படித்தான் வேலையும். எத்தனை வருசம் தொடர்ச்சியா நல்லா வேலை பார்த்தோம்ங்கிறது முக்கியம் இல்ல. எப்ப சறுக்குறமோ அப்ப மேல மண்ணைப் போட்டு மூடிருவாங்க. வேலை மட்டுமில்ல சொந்தபந்தம் கூட அப்படித்தான். நூறு உதவி செஞ்சு நூத்தி ஒன்னாவது தடவை செய்யலன்னா அவ்ளோ தான்."

"ஒருவேளை அந்த சுவர்ல இருந்த மெசினை நீ கண்டுபிடிக்கலன்னா என்ன ஆகியிருக்கும்?"

"அன்னைக்கு லீக் ஆன திரு ஆக்ஸிடெண்ட் வீடியோ வைரல் ஆகியிருக்கும். என் மேல என்க்கொயரி வச்சிருப்பாங்க. போலீஸ்காரரை பலி வாங்கிய ஆரச்சாலை ஆவிகள்னு யூடியூப்ல வீடியோ போட்டுருப்பாங்க. டைரக்டர் அருள்மொழிக்கு எம்பராசிங்கா ஆயிருக்கும். கேஸ் சிபிஐக்கு போயிருக்கும்."

"இந்த எல்லாமே ஒரே ஒரு இன்சிடெண்ட்டால மாறிடுச்சு. அந்த மெசினை கண்டுபிடிச்ச உடனே இவ்ளோ நாள் இழுத்துட்டு இருந்த ஆவி, பேய் கதை எல்லாம் ஒரே நிமிசத்தில் நொறுங்கிடுச்சு."

"நமக்குப் புரியாத வரை தான் ஆவி, பேய், அமானுஷ்யம் எல்லாம். புரிஞ்சிருச்சுன்னா எல்லாமே சாதாரண விசயம் தான்."

"அதெல்லாம் ஓகே. எனக்கு ஒரு விசயம் புரியல. எதுக்கு இதையெல்லாம் கிருஷ்ணகுமார் செய்யனும்? முதல் ரெண்டு ஆக்ஸிடெண்ட் எப்படி நடந்துச்சு?"

"ஜெகதீசன் விசயத்துக்குப் பிறகு இதை எல்லாம் யார நம்பியும் சொல்லலாமான்னே தெரியல."

“சொன்னா முழுசா சொல்லனும். இல்லன்னா சொல்லமயே இருக்கனும். இப்படி அரைகுறையா பாதியில் நிறுத்தக்கூடாது.”

“சரி முழுசா சொல்றேன். முதல்ல நடந்த சத்யா-தேவி விபத்து இந்த லிஸ்ட்லயே வராத வேற ஒரு இன்சிடெண்ட். ஓகேவா?”

“ஓகே.”

“இரண்டாவது ஆக்ஸிடெண்ட் சுகேஷ் விபத்து ஹிட் அண்ட் ரன். சுகேஷ் பைக் மேல இன்னொரு பைக் மோதி ஏற்பட்ட ஆக்ஸிடெண்ட்.”

“ஆனா அந்த ஆக்ஸிடெண்ட் சுகேஷ் தவறி விழுந்து இறந்ததா தானே பதிவாகியிருக்கு?”

“எஸ். ஏன்னா இன்னொரு பைக் மோதுனதை பார்த்த ஒரே சாட்சி கிருஷ்ணகுமார் மட்டும் தான். ஆனா சர்கம்ஸ்டன்சியல் எவிடென்ஸ் எல்லாமே சுகேஷ் தவறி விழுந்து இறந்ததுக்குச் சாதகமா இருந்ததால மந்தம்ன்னு பேர் வாங்கின கிருஷ்ண குமாரோட வாக்குமூலத்தை யாரும் பெருசா எடுத்துக்கல.”

“ஓஹ். அதனால கிருஷ்ண குமார் கோபமாகிட்டாரா?”

“யெஸ். ரெண்டு வருசத்துக்கு முன்ன வரை ரேடியல் ரோடு பைக் ரேசர்ஸ்க்கு ரொம்ப பிடிச்ச ரோடு. அப்படி ரேஸ் போன ஏதோ ஒரு பைக்கர் தான் சுகேஷை இடிச்சது. இதனால அவங்களை பழிவாங்க நினைச்சார் கிருஷ்ணகுமார்.”

“நான் கூட கேள்விப்பட்டுருக்கேன். இப்ப தான் ஆரச்சாலை most haunted road. முன்ன அதுக்குப் பேரு பைக் ரேஸர்ஸ் ரோடு.”

“அந்த சமயத்தில் கிருஷ்ணகுமார் கையில் அவர் செஞ்ச புராஜக்ட் ரெடியா இருந்திருக்கு. அதை அப்படியே இம்ப்ளிமெண்ட் பண்ணிட்டார். இனி சிம்பிளா ஒவ்வொரு தடவை ரிமோட் அழுத்தும் போதும் ஒரு பைக் பறந்து போய் விழுகும்.”

“ஆனா இந்த சீரிஸ் ஆக்ஸிடெண்ட்ல பைக் ரேசர் மட்டுமில்லாம

சாதாரண ஆட்களும் இறந்துருக்காங்க. ஏன்?"

"கிருஷ்ண குமாரோட டார்கெட் வேகமா போய் அடுத்தவங்களுக்கு ஆபத்தை ஏற்படுத்துற எல்லாரும். நைட் டைம் இருட்டுல ஸ்பீடா ஒரு பைக் போச்சுனா அந்த நேரத்தில் அது பைக் ரேஸரா, இல்லை சாதாரண ஆளான்னு பிரிச்சுப் பார்க்க முடியாதுல?"

"இத்தனை பேரை கொன்னதால கிருஷ்ண குமாருக்கு என்ன கிடைச்சது?"

"ஒரு சாட்டிஸ்ஃபேக்ஷன் தான். தன் பையன் சாவுக்கு பழி வாங்குன திருப்தி."

"ஆனா தலைமறைவா இருந்துட்டு எப்படி இதெல்லாம் செய்ய முடியும்?"

"ரொம்ப சிம்பிள். இரயில்வே ஸ்டேசன்லயோ, பிளாட்ஃபார்ம்லயோ, வேற ஏரியாலயோ, இல்ல வேற ஒரு ஊர்லயோ பேரை மாத்திட்டு தங்கிக்கலாம். திருப்பதியில் மாறுவேசத்தில் மூனு வருசம் தங்கியிருந்த கிரிமினலை எனக்குத் தெரியும். தேவைப்படும்போது கிளம்பி வந்து ரிமோட்டை அழுத்தி பைக் ஆக்ஸிடெண்ட் பண்ணலாம்."

"அந்த காலேஜ் புராஜக்ட்ல கிருஷ்ணகுமார்ன்னு ஒரே ஒரு பேர் இருக்கதை வச்சு எப்படி இவ்ளோ கண்டுபிடிக்கிற?"

"Common sequences are more common than uncommon sequences"

"ஆ ஊன்னா இத ஒன்ன சொல்லிரு. ஒன்றரை வருசமா தலைமறைவா இருக்க கிருஷ்ண குமாரை எப்படிப் பிடிக்கப் போறீங்க?"

"அந்த யூடியூபர் ஆக்ஸிடெண்ட்டுக்கும், திரு ஆக்ஸிடெண்ட்டுக்கும் இடையில் ஒரு வாரம் கேப். ரெண்டு ஆக்ஸ்டெண்ட்ஸ்லயும் பக்கத்தில் இருந்து தான் ரிமோட் ஆபரேட் பண்ணிருக்கார். ஸோ இங்க தான் எங்கயோ கைக்கு எட்டுற தூரத்தில் இருக்கனும்."

## இரண்டாவது அழைப்பு

பயணக் களைப்பு முகத்தில் தெரிய காணொளி அழைப்பில் இணைந்தார் மீனா அகர்வால்.

"டெல்லியில் இருந்து இப்பதான் வந்தேன். பிளைட் டூ அவர்ஸ் டிலே."

"கிருஷ்ண குமார் மிஸ் ஆன கேஸை இப்ப விசாரிச்சுட்டு இருக்கோம். அதனால தான் திரும்பவும் உங்களைத் தொல்லை செய்ய வேண்டியதாச்சு மேடம்."

"கே.கே எப்பவுமே எனக்குத் தொல்லையைத்தான் கொண்டுவருவார். நெவர் மைண்ட். நீங்க கேளுங்க சார்."

"கொஞ்சம் பெர்சனல் தான். ஐ ஷுட் நாட் ஆஸ்க். உங்களுக்கும் கிருஷ்ண குமாருக்கும் ஏன் டைவர்ஸ் ஆச்சு?"

"அவர் நல்லவர் தான். கொஞ்சம் அப்நார்மல். நான் ஆம்பிஷன் டிரைவன் பெர்சன். நிறைய எக்ஸ்ப்ளோர் பண்ணனும், லேர்ன் பண்ணனும், புதுசா டிரை பண்ணனும்ன்னு நினைப்பேன். அவர் ஒரு குண்டு சட்டி, மந்தம். காலேஜ்ல லெக்சரர்ல இருந்து மாறனும்னு நினைக்கவே இல்ல. சிலநேரம் ரொம்ப அப்நார்மலா பிகேவ் பண்ணுவார். திடீர்ன்னு சொல்லாம கொள்ளாம வீட்டை விட்டு போய்டுவார். ஒரு நாள், ரெண்டு நாள் இல்லை. மூனு மாசம், ஆறுமாசம் இப்படி. அப்ப சுகேஷ் கைக்குழந்தை. அவரோட அம்மாவையும் ஒரு கைக்குழந்தையையும் வச்சுட்டு நான் பட்ட பாடு கொஞ்ச நஞ்சமில்ல."

"ஸாரி..."

"அப்பதான் எனக்கு அபுதாபில ஜாப் கிடைச்சது. அவர் ஊரை விட்டுட்டு வர மாட்டேன்னுட்டார். எவ்வளவு நாள்தான் கைக்குழந்தையை வச்சிட்டு நான் கஷ்டப்படுறது. எப்பவும் அவர் கிளம்பிப் போவார். அந்த தடவை நான் கிளம்பி அபுதாபி போய்ட்டேன். அங்க வேலை பார்க்கும் போதுதான் நிதின் அகர்வாலை மீட் பண்ணுனேன். எங்க ரெண்டு பேருக்கும் எல்லாமே ஒத்துப்போச்சு."

"அதுக்குப் பிறகு உங்க ரிலேசன்ஷிப் எப்படி இருந்துச்சு?"

"நிதின் கூட எனக்குப் பழக்கமான பிறகு நான் கே.கே கிட்ட பேசி மியூச்சுவலா டைவர்ஸ் வாங்கிட்டேன். அதுக்குப் பிறகும் அவர் கூட எனக்கு ஜென்ம பகைன்னு ஒன்னும் இல்ல. ஒத்துவரல, பிரிஞ் சிட்டோம், தட்ஸ் ஆல். கே.கே எப்பவும் அடிச்சது இல்ல, திட்டினது இல்ல. ஈவன் சத்தம் போட்டு பேசக்கூட மாட்டார். அபுதாபியில் இருந்து ரிடன் வந்த உடனே நாங்க செடில்ட் இன் மும்பை. கே.கே அவர் அம்மா கூட சென்னையில் இருந்தார். எப்பவாவது பேசிக்குவோம். அஞ்சு வருசம் முன்ன அம்மா தவறிட்டாங்க. ஐ வெண்ட் பார் தட் கண்டோலன்ஸ் ஆல்சோ. அதுல இருந்து தனியா தான் இருந்தார்."

"கிருஷ்ணகுமார் பத்தி வேற எதாவது தகவல் இருந்தால் சொல்லுங்க. சின்ன தகவலா இருந்தாலும் எங்களுக்கு யூஸ் ஆகும்."

"கே.கேக்கு கோலோன் கேன்சர் இருந்துச்சு. ஸ்டார்ட்டிங் ஸ்டேஜ் தான். அதுக்காக டிரீட்மெண்ட் எடுத்துட்டு இருந்தார்."

"ஓகே. இப்ப அவர் எங்க இருப்பார்ன்னு உங்களுக்கு ஏதாவது தோணுதா?"

"கே.கே இப்படி காணாமல் போறது பர்ஸ்ட் டைம் இல்ல. அடிக்கடி இப்படித்தான் போவார். எங்க போனார்ன்னு சொல்லவும் மாட்டார். இந்த தடவை பையன் செத்த சோகத்தில் ரொம்ப நாள் காணோம்ன்னு நினைக்கிறேன். ஏற்கனவே அம்மா செத்த பிறகும் இப்படித்தான் செய்தார்."

மீனா அகர்வாலுடனான இணையவழி காணொளி அழைப்பைத் துண்டித்து முடித்த பின் பால்ஸ் பொறியியல் கல்லூரிக்குச் சென்றான் ஆல்டோ. ஆரச்சாலையின் வடக்கில் பரந்து விரிந்து இருந்தது பால்ஸ் கல்லூரி. கிருஷ்ணகுமார் வேலை பார்த்த மின் மற்றும் மின்னணுப் பொறியியல் பிரிவு டி பிளாக்கின் மூன்றாவது மாடியில் இருந்தது.

"அவருக்கு நண்பர்களும் இல்ல, எதிரிகளும் இல்ல சார். யார் கூடவும் குளோசா பழக மாட்டார். அதேநேரம் யார் கூடவும் சண்டையும் போட மாட்டார்." துறை பதிவாளர் வினோத் கூறினார்.

"எத்தனை வருசம் இங்க வேலை பார்த்தார்?"

"22 வருசமா இதே காலேஜ் தான். எனக்குலாம் ரொம்ப சீனியர்"

"தனியார் யுனிவர்சிட்டில இத்தனை வருசம் வேலை பார்க்கிறது எல்லாம் ரொம்ப ரேர்ல?"

"ஆமா சார். சேலரி ஹைக் இருக்காது, கேரியர்ல முன்னேற்றம் இருக்காது. டெய்லி ஒரே வேலை. ஆனா அவர் மாதிரி ஆளுங்களுக்கு செட் ஆகும்."

"அவர் மாதிரினா? எந்த மாதிரி?"

"அவர் மாதிரின்னா..... எப்படிச் சொல்ல.... ஒரு மாதிரி... மந்தமா. எதையும் ஆக்டிவா செய்ய மாட்டார். மத்தவங்க ஒரு வேலையை ஒரு மணி நேரத்தில் முடிச்சா இவர் ரெண்டு மணி நேரம் ஆக்குவார். திடீர்னு லீவ் போட்டு போய்டுவார். மூனு மாசம் ஆறு மாசம் இப்படி, ஓல்டு ஸ்டாஃப்ன்னு மேனேஜ்மெண்ட்டும் ஏதும் சொல்லாது."

"பீடி, சிகரெட், தண்ணி வேற ஏதாவது கெட்ட பழக்கம்?"

"அதிர்ந்து கூட பேச மாட்டார். எனக்கு தெரிஞ்சு எந்த கெட்ட பழக்கமும் இல்ல. ஆனா வீட்ல எப்படியோ."

"ஒழுங்கா பாடம் எல்லாம் எடுப்பாரா? வேலையில் எப்படி?"

“சூப்பர்ன்னு சொல்ல முடியாது ஆனாலும் கஷ்டப்பட்டு முடிச்சிடுவார். பசங்க புராஜக்ட்ஸ்க்கு எல்லாம் பொறுமையா ஹெல்ப் பண்ணுவார். அதுல அவருக்கு ரொம்ப இண்டரஸ்ட். அதுக்காக அவார்ட் கூட வாங்கிருக்கார்”

“அவரை கடைசியா எப்ப பார்த்தீங்க? இப்ப எங்க இருக்கார்ன்னு தெரியுமா?”

“ரிசைன் பண்ணுன அன்னைக்குப் பார்த்தது. அதுக்கு பிறகு கான்டாக்ட் இல்ல சார்.”

“எப்ப ரிசைன் செய்தார்?”

“அவர் பையன் இறந்த உடனே ரிசைன் பண்ணிட்டார். சுமார் ஒன்றரை வருசம் இருக்கும்”

பால்ஸ் கல்லூரியில் இருந்து ஆல்டோ திரும்பி காவல்நிலையம் வந்த போது ஜெகதீசனும் உள்ளே நுழைந்தார்.

“அவர் வீடு ரேடியல் ரோடுல இருந்து 500 மீட்டர்ல இருக்கு சார். 2BHK அபார்ட்மெண்ட். வீட்டை ஆக்ஸிடெண்ட் ஆன கொஞ்ச நாள்ளயே வித்துருக்கார். எல்லா பணமும் வொயிட்டா பேங்க்ல தான் டெபாசிட் பண்ணிருக்காங்க.ரெஜிஸ்டர் ஆபிஸ்ல இருந்து ஆதார் நம்பரும், பேங்க் அக்கவுண்ட் நம்பரும் கிடைச்சது. ரெண்டு வருசமா ஆதார் நம்பர்ல எந்த ஆக்டிவிட்டியும் இல்ல. புதுசா சிம் வாங்குனதோ, இன்கம்டேக்ஸ் ஃபைல் பண்ணுனதோ, வேற எதுவுமே செய்யல.”

“பேங்க்ல போய் விசாரிச்சிங்களா? எப்ப கடைசியா பணம் எடுத்தது? அந்த லொகேசன் என்ன?”

“பேங்க்ல வீடு வித்த பணம், சில பொருட்களை ஓ.எல்.எக்ஸ்ல வித்த பணம் எல்லாம் வந்திருக்கு சார். அது கூட காலேஜ் வேலையை ரிசைன் பண்ணதுக்கு செட்டில்மெண்ட் அமவுண்ட் வந்திருக்கு. எல்லாத்தையும் அப்பவே கேஷா வித்டிரா பண்ணிருக்கார். அதுக்குப் பிறகு நோ டிரான்ஷாக்சன். ஏடிஎம் கார்டு கூட யூஸ் பண்ணல. பேங்க் அகவுண்ட்டை குளோஸ் பண்ணவும் இல்ல”

## கோவிலம்பாக்கம்

கிழக்கு மேற்காக நீண்டு கிடக்கும் ஆரச்சாலையில் இருந்து தெற்கு நோக்கி ராதா நகர் நீட்சியைத் தேடி இறங்கிச் சென்றது வள்ளல் பெருமாள் தெரு. ஆரச்சாலையில் இருந்து 500 மீட்டர் தொலைவில் இடது புறம் திரும்பும் தெருவில் நான்காவதாக இருக்கும் கட்டிடத்தின் முதல் தளத்தில் இருந்தது கிருஷ்ண குமார் வசித்த அடுக்குமாடிக்குடி-யிருப்பு.

"இதை வாங்கி ரெண்டு வருசம் ஆகப்போது சார். ஹிண்டு பேப்பர்ல விளம்பரம் பார்த்து தான் வாங்கினேன். அவர் செல்லர், நான் பையர். அது மட்டும் தான் எங்க ரெண்டு பேருக்கு இடையில தொடர்பு. அவரைப் பத்தி வேற எதுவும் தெரியாது சார்."

"கிருஷ்ண குமார்கிட்ட அடிக்கடி பேசுவீங்களா?"

"ரெஜிஸ்டிரேசன் வரை அடிக்கடி பேசுவேன். ரெஜி-ஸ்டிரேஷன் முடிஞ்ச பிறகு அவ்வளவா பேசல. ஆங்.... ஒரு தடவை கார்ப்பரேசன் டேக்ஸ் பத்தி கேட்க கால் பண்ணுனேன். ஆனா லைன் போகல."

"எப்ப கால் பண்ணுனீங்க?"

"ஆறு மாசம் இருக்கும் இருக்கும்"

"அவர் காலி பண்ணும் போது வீட்ல ஏதாவது பொருள் விட்டுட்டு போனாரா? சூட்கேஸ், அட்டைப் பெட்டி இந்த மாதிரி எதுவும் இருக்கா?"

“கார்பெட் ஏரியான்னு பார்த்தால் இந்த ஃபிளாட் மொத்தம் 500 ஸ்கொயர் ஃபீட் கூட வராது. எங்க பொருள் வைக்கவே இடம் இல்ல. இதுல அவரோட சூட்கேஸ் எப்படி இருக்கும்?”

“கடைசியா அவரை எப்ப பார்த்தீங்க?”

“வீடு வாங்குனப்ப தான். ஒன்னரை வருசம் இருக்கும்.”

“அவரைப் பத்தி வேற யார்கிட்ட கேட்டா தெரியும்?”

“இதே ஃபிளாட்ல நாங்க வர்றதுக்கு முன்னாடி கிருஷ்ண குமார் அஞ்சு வருசம் இருந்துருக்கார். பக்கத்து வீட்டுக்காரரை வேணும்னா கேட்டுப் பாருங்க. என்ன விட அவருக்குத் நல்லாத் தெரியலாம்.”

“எது எஃப் டு வா?”

“ஆமா. ஒரு ஹெல்ப். நான் தான் சொன்னேன்னு சொல்லிடாதிங்க. எங்க ரிலேஷன்ஷிப் ஸ்பாயில் ஆயிடும்”

ஆல்டோ சரிக்கும் இல்லைக்கும் நடுவில் ஒரு மாதிரியாகத் தலையை ஆட்டிவிட்டு எஃப் டுவிற்குள் நுழைந்தான்.

“அவர் டைவோர்சிடுன்னு தெரியும். பெருசா யார் கூடயும் பழக மாட்டார். இங்க குடிவந்து ஒன் இயர்ல அவங்க அம்மா இறந்துட்டாங்க. அதுக்குப் பிறகு தனியாத்தான் இருந்தார். அவரோட பையனை பாலஸ் காலேஜ்ல சேர்த்தார். முதல்ல அப்பப்ப வந்து போவான். அப்புறம் இங்கயே தங்கிட்டான். அவனாவது அப்பப்ப பேசுவான். கிருஷ்ண குமார் சுத்தம், பேசவே மாட்டார்”

“அவரைத் தேடி வேற யாராவது வருவாங்களா? குளோஸ் பிரெண்ட்ஸ் இப்படி...”

“அஞ்சு வருசத்துல யாருமே தேடி வந்தது இல்ல. அவர் வீட்டுக்கு மத்த ஆட்கள் வந்ததுன்னு பார்த்தா ரெண்டு டைம். ஒன்னு அவரோட அம்மா இறந்தப்ப. அடுத்து பையன் இறந்தப்ப.”

“கிருஷ்ண குமார் ஆள் எப்படி? சிடுசிடுன்னு சண்டை போடுவாரா? இல்ல அமைதியா இருப்பாரா?”

"சண்டைலாம் போடமாட்டார். ஆளு கல்லுளிமங்கன். என்ன நினைக்கிறார்ன்னு மூஞ்சியை வச்சு சொல்லவே முடியாது. ஆனா திடீர் திடீர்ன்னு மாசக்கணக்கா வீட்டுக்கே வரமட்டார்."

"அவரைப் பத்தி வேற எதாவது தெரியுமா? சின்ன விசயமா இருந்தாக்கூட எங்களுக்கு உபயோகப்படும்"

"அவர் பேரு கிருஷ்ண குமார்ன்னே இங்க அவர் குடிவந்து ஆறு மாசம் கழிச்சு தான் தெரியும். நான் என்ன சிலரை மாதிரி பக்கத்து வீட்ல என்ன நடக்குதுன்னு நோட் பண்ணிட்டே இருக்கிறவனா? நான் உண்டு என் வேலை உண்டுன்னு இருப்பேன் சார்." எஃப்1 பிளாட்டிற்கு கேட்கும்படி சத்தமாகக் கூறினார்.

"அவரை கடைசியா எப்ப பார்த்தீங்க?"

"வீடு காலி பண்றப்ப தான். அதுக்குப் பிறகு பார்க்கல சார்" ஆல்டோ தன் விசிட்டிங் கார்டை எடுத்து அவரிடம் கொடுத்தான்.

"இதுல என் நம்பர் இருக்கு. கிருஷ்ண குமார் பத்தி ஏதாவது தகவல் ஞாபகம் வந்தா சொல்லுங்க."

"நீங்க டி.எஸ்.பி யா சார்? கான்ஸ்டபிள்ன்னு நினைச்சேன். குரோம்பேட் சரவணா ஸ்டோர் சிக்னல்ல எப்ப பார்த்தாலும் ஹெல்மெட்டுக்குப் பிடிக்கிறாங்க சார். அதுவும் ஒளிஞ்சு இருந்து ஓடி வந்து பைன் போடுறாங்க. இங்க இருந்து ரயில்வே கிராஸிங் வழியா போனா ஒரு கிலோமீட்டர் கூட வராது. அதுக்குலாம் ஹெல்மெட் போடனுமா சார்? போகும் போது கொஞ்சம் சொல்லிட்டுப் போங்க சார்."

"உங்களுக்கு ஒன்னு சொல்றேன். மண்ட பத்திரம்"

திரும்பி வரும் வழியில் ஆல்டோ சிந்தித்துக் கொண்டே வந்தான். மொபைல் இல்லை, சிம் இல்லை. வங்கிக்கணக்கு இல்லை. யார் கண்ணிலும் படவும் இல்லை. அதெப்படி ஒருவன் எந்தத் தடமும் இல்லாமல் தரையில் கால் பாவாத ஆவி போல வந்து செல்கிறான்?

ஏதோ ஒன்றைத் தவற விடுகிறோம்.

## பெருங்குடல் புற்று

எலக்ட்ரோ மேக்னடிக் பல்ஸ் ஜெனரேட்டர் ஆரச்சாலையின் நடுச்சுவரில் இருந்து கைப்பற்றப்பட்ட பிறகு இந்த வழக்கு எளிதில் முடிவுக்கு வந்துவிடும் என ஆல்டோ நினைத்தான். ஆல்டோ மட்டுமல்ல, அருள்மொழியும் தாம்பரம் மாநகர ஆணையர் இராஜேந்திரனும் கூட அப்படித்தான் நினைத்தனர். அனைவருக்குமே ஒருவித நிம்மதி ஏற்பட்டு இருந்தது.

கண்டறிய மிகச் சிரமமாக இருந்த மோடஸ் ஓப்பரண்டி-குற்றச் செயல் முறையைக் கண்டறிந்தாயிற்று. விபத்தை ஏற்படுத்திய இயந்திரத்தையும் கைப்பற்றியாயிற்று. இனி இதில் ஈடுபட்ட கிருஷ்ண குமாரை பிடிப்பது மட்டும்தான் மிச்ச வேலை.

ஆயிரம் கண்களும், ஆக்டோபஸ் கரங்களும் கொண்ட தமிழ்நாடு காவல்துறையிடம் இருந்து சிக்காமல் தப்பிப்பது எளிதான காரியம் அல்ல. குறிப்பாக இது போன்ற கவனம் பெற்ற வழக்குகளில் குற்றவாளி நீண்ட காலம் மறைந்திருக்க முடியாது. கிருஷ்ணகுமாரின் புகைப்படமும், தகவல்களும் தமிழ்நாடு முழுக்க இருக்கும் அனைத்து காவல் நிலையங்களுக்கும் அனுப்பப்பட்டிருந்தன.

முக்கிய வெளிமாநில நகரங்களுக்கும் அனுப்பப்பட்டிருந்தன. இருந்தும் கிருஷ்ண குமாரை யாரும் பார்க்கவில்லை. அவரைப் பற்றிய எந்த சுவடும் இல்லை. ஃபார்மெட் செய்யப்பட்ட பென் டிரைவ் போல அவரது காலக்கோடு துடைக்கப்பட்டு சுத்தமாக இருந்தது.

“ஹாலிவுட் படத்தில் வர்ற மாதிரி பிளாஸ்டிக் சர்ஜரி பண்ணி மூஞ்சிய மாத்திட்டு சுத்துறானோ?” ஜெகதீசன் கூறிய உடன் ஆல்டோ சிரித்தான்.

“இது கேட்க காமெடி மாதிரி இருந்தாலும் நம்ம எந்த பாசிபிலிட்டியையும் விட்டுறக் கூடாது. மீடியன் சுவர்ல மெசின் வச்சு ஆக்ஸிடெண்ட் செய்வாங்கன்னு நம்ம எதிர்பார்த்தமா? அந்த மாதிரி இந்த கிருஷ்ண குமார் எப்படி வேணாலும் மறைஞ்சு இருக்கலாம். எல்லா அடையாளத்தையும் அழிச்சிட்டு திடீர்ன்னு காணாமல் போனதே நமக்கு விடுற சவால் தான்.”

“இப்ப எங்க சார் போறோம்?”

“தேனாம்பேட்டை ப்ரிசிஷன் கேன்சர் செண்டருக்கு. கிருஷ்ண குமாருக்கு கோலோன் கேன்சர் இருந்துருக்கு. அதுக்கு ப்ரிசிஷன் கேன்சர் செண்டர்ல டிரீட்மெண்ட் எடுத்துருக்கார்.”

“ஆதார் கார்டுல இருந்து சிம்கார்டு வரை எல்லாத்தையும் மாத்துன ஒருத்தன் ஆஸ்பத்திரியை மட்டும் மாத்தாம அங்க தொடர்ச்சியா டிரீட்மெண்ட்க்கு வருவான்னு நினைக்கிறீங்களா சார்?”

“நிச்சயம் வரமாட்டார். ஆனா நமக்கு க்ளூ கிடைக்க வாய்ப்பு இருந்த எந்த இடத்தையும் தவற விடக் கூடாதுங்கிறது குற்றப் புலனாய்வில் அடிப்படைப் பாடம்”

ப்ரிசிஷன் கேன்சர் செண்டரின் வரவேற்பறையில் அரை மணி நேரப் பேச்சுவார்த்தை, காத்திருப்புக்குப் பின் “நவ் யூ கேன் மீட் டிரீட்டிங் டாக்டர் ஆர். சரவணன்” என்று அனுமதி பெற்று மருத்துவர் சரவணன் அறைக்குள் நுழைந்தனர்.

“எங்க ரெகார்ட்ஸ் எல்லாமே டிஜிடலைஸ்ட். கம்ப்யூட்டர்ல வராம ஒன்னும் தப்பாது. சிஸ்டம் கடைசியா காட்டுற விசிட் டேட் ரெண்டு வருசத்துக்கு முன்னாடி. அதுக்குப் பிறகு கிருஷ்ணகுமார் இங்க வரவே இல்ல.”

“அவருக்கு என்ன வியாதி டாக்டர்? ரொம்ப சிக்கலான நிலையா?”

“கோலோன் கேன்சர். பெருங்குடல் புற்று நோய். ஆனால் டிரீட்மெண்ட்டுக்கு நல்ல ரெஸ்பான்ஸ். கிட்டத்தட்ட நியர் நார்மல் லைஃப்”

“இந்த கேன்சருக்கு டிரீட்மெண்ட் கொடுக்கிற ஹாஸ்பிடல்ஸ் சிட்டில எங்க எங்க இருக்கு?”

“இப்பலாம் சின்ன ஹாஸ்பிடல்ல கூட கேன்சருக்கு நல்லா டிரீட்மெண்ட் கொடுக்குறாங்க. சென்னையில் மட்டுமே நூறு ஹாஸ்பிடல் இருக்கும். காஞ்சிபுரம், திருவள்ளூர், வேலூர் எல்லாம் சேர்த்தா இன்னும் அதிகமாகும்.”

“அவரது டிரிட்மெண்ட்ல ஏதாவது வித்தியாசமான, பெக்யூலியர் பாயிண்ட், இல்லன்னா கடைசி விசிட்ல நடந்த முக்கிய விசயம் ஏதாவது?”

“ம்ம்ம்ம்......” கணினித்திரையைச் சிறிது நேரம் மேய்ந்தார்.

“மெட்ஸ் இருந்ததால...... ஐ மீன் மெட்டாஸ்டாசிஸ் இருந்ததால, அவருக்கு செட்டுக்ஸிமேப் இஞ்செக்சன் ஸ்டார்ட் பண்ணிருந்தோம். அதை ரெண்டு வாரத்துக்கு ஒரு தடவை ஒழுங்கா போட்டாலே போதும். நல்ல புரெக்னோசிஸ் இருக்கும்.”

“அது என்ன இஞ்சென்சன்? புது டிரீட்மெண்ட் ஆப்சனா சார்?”

“ஆமா. டார்கெடட் தெரபின்னு சொல்வோம். Targeting EGF receptors. இப்ப தான் வந்திருக்கு. நல்ல சக்ஸஸ் ரேட். ஆனா விலை தான் கொஞ்சம் அதிகம்....” பேச்சைப் பாதியில் நிறுத்தி கொஞ்சம் யோசித்தார்.

“அந்த செட்டுக்ஸிமேப்புக்கு சென்னையில் ஒரே ஒரு சப்ளையர் தான், பேரு குமரகுரு. அவர் அட்ரஸ், மொபைல் நம்பர் தர்றேன். ஒருவேளை வேற எங்கயாவது இதே பேஷண்ட் அந்த மருந்து வாங்கிருக்காரான்னு செக் பண்ணி பாருங்க”

“தேங்க் யூ டாக்டர்”

குமரகுருவைத் தொலைபேசியில் அழைத்தான்.

“நீங்க கேட்கிற டிடெயில் ஆஃபிஸ் சிஸ்டத்தில் பார்த்து தான் சொல்ல முடியும். ரெண்டு மணிக்கு ஆபிஸ் வந்துறீங்களா? கீழ்பாக் ஆஃபீஸ்?”

கீழ்ப்பாக்கம் ஆர்ம்ஸ் சாலையில் இருந்த அந்த மருந்து ஏஜென்சியைக் கண்டுபிடிப்பது சிரமமாக இல்லை. முகவரியைப் பார்த்தவுடன் அந்தக் கட்டிடம் எந்த இடத்தில் வரும் என்பதை யூகித்துவிட்டான் ஆல்டோ.

காலை நேர மருத்துவர் சந்திப்புகளை முடித்துவிட்டு மதியம் அலுவலகத்தில் கணக்குக் கொடுத்துவிட்டு மீண்டும் மாலை தொடங்கி இரவு வரை பணியாற்றுவது அந்த அலுவலக மருந்து விற்பனையாளர்களின் வழக்கமாக இருந்தது.

சரியாக இரண்டு மணிக்கு குமரகுருவும் அங்கு வந்தார்.

“நான் கிட்டதட்ட இருபது கேன்சர் டிரக் மேனேஜ் பண்றேன் சார். செட்டுக்ஸிமேப் ஸ்லோவா மூவ் ஆகுற டிரக். குறைஞ்ச பேஷண்ட்ஸ் தான் யூஸ் பண்றாங்க. அதனால வாங்குனவங்க பேர் எல்லாம் சிஸ்டம்ல இருக்கும் .”

“மருந்து வாங்குற எல்லார் பெயரையும் நோட் பண்ணி வைப்பீங்களா? புதுசா இருக்கே.”

“நீங்க மத்த ஊசி மாத்திரை மாதிரி நினைக்கிறீங்க. இது கேன்சருக்கு புதுசா வந்துருக்க தெரபி. ஒவ்வொரு ஊசியும் பத்து பதினஞ்சு ஆயிரத்தில் தொடங்கி லட்சத்துக்கு மேல போகும். மாசம் நாற்பது ஐம்பது ஆயிரம் வரை இருக்க ஊசி, மாத்திரைகள் எல்லாம் இருக்கு. இது எல்லாம் நியூ டிரீட்மெண்ட் மெத்தெட் அப்படிங்கிறதால இன்சிடெண்ட் ரிப்போர்ட் மேனேஜ் பண்ணனும். போஸ்ட் மார்கெட் சர்வைலன்ஸ். சைட் எபெக்ட் ஏதாவது வந்தா நோட் பண்ணனும். அதுக்கு நோயாளியோட அடையாள அட்டை அவசியம்.”

“அடையாள அட்டைன்னா எந்த மாதிரி?”

"ஏதாவது ஐடி ஃப்ரூப். ஆதார், டிரைவிங் லைசென்ஸ், பான் கார்ட் இப்படி. பொதுவா ஆதார் கார்டு."

"அப்ப ஆதார் நம்பர் கொடுத்தா கண்டுபிடிச்சிடலாமா?"

"பேர் கொடுத்தாக் கூட கொஞ்ச நேரம் தேடனும். ஆதார் நம்பர் தந்தா ஒரு நிமிசத்தில் கண்டுபிடிச்சிடலாம்."

கிருஷ்ண குமாரின் ஆதார் நம்பரைக் கொடுத்தான் ஆல்டோ.

கடகடவென கணினி தனது தேடல் முடிவுகளைத் திரையில் காட்டியது.

"மொத்தம் 13 இஞ்செக்சன் வாங்கிருக்கார். அதுல 12 பிரிசிஷன் கேன்சர் செண்டர்ல. ஒன்னு ஏதோ புது ஹாஸ்பிடல்."

"என்ன ஹாஸ்பிடல்? சென்னை தானா?"

"அன்னை மருத்துவமனை திருக்கழுகுன்றம். டாக்டர் பஷீர்." ஜெகதீசன் அந்த மருத்துவமனையின் முகவரியைக் குறித்துக் கொண்டார்.

"எப்ப வாங்கிருக்காங்க?"

"15 மாசம் முன்னாடி சார்"

கிருஷ்ண குமார் தன்னை மறைத்துக் கொண்ட பின் மூன்று மாதம் கழித்து.

"அதுக்குப் பிறகு?"

"இல்ல சார். அதான் கடைசி."

"வேற பேர்ல வாங்கியிருக்கலாமா? வேற ஐடி ப்ரூஃப் வச்சு?"

"பொதுவா நாங்க ஐடி ப்ரூஃப் எல்லாம் வெரிஃபை பண்ண மாட்டோம். எங்களுக்குத் தேவை ரிப்போர்ட்ல அட்டாச் பண்ண ஒரு

ஐடி ப்ரூஃப். வேற பேர்ல வாங்க நினைச்சா ஈஸியா வாங்கலாம்."

"அதைக் கண்டுபிடிக்க முடியுமா?"

"ரெண்டு வருச லிஸ்ட் எடுத்து, அதுல இருக்க ஒவ்வொரு நம்பருக்கும் கால் பண்ணிப் பார்த்து எது டூப்ளிகேட்டுன்னு வேணா கண்டுபிடிக்கலாம். இன்னொரு விசயம் ஃபிராடு பண்ணனும்னு முடிவு பண்ணிட்டா பெங்களூர் போய் கூட இந்த மருந்த வாங்கலாம். குஜராத்ல எந்த ப்ரூஃப்பும் இல்லாம பாக்ஸ் பாக்ஸா வாங்கிட்டு வரலாம்."

ஆல்டோவும் ஜெகதீசனும் வெளியில் வந்தனர்.

திருக்கழுக்குன்றம்.... சென்னைக்கு மிக அருகே....

மறைந்து வாழத் திருப்பதியை விட வசதி.

ஆல்டோவின் கார் திருக்கழுக்குன்றத்தை நோக்கி விரைந்தது.

★★★★★

## அன்னை மருத்துவமனை

செங்கல்பட்டில் இருந்து திருக்கழுக்குன்றம் செல்லும் சாலையில் ஊர் தொடங்கும் இடத்திலேயே அமைந்திருந்தது அன்னை மருத்துவமனை. வெள்ளை நிறத்தில் இரண்டடுக்கு கட்டிடம். நீள அகலத்திலும் பெரிய அளவு இல்லை. நாற்பது அடி நீளம், முப்பது அடி அகலம் இருக்கலாம். கட்டிடத்திற்கு முன்புறம் இருந்த காலி இடத்தில் நீல நிற ஆஸ்பெஸ்டாஸ் கூரை வேயப்பட்டிருந்தது. மருத்துவமனைக்கு முன் ஒன்றிரண்டு இரு சக்கர வாகனங்கள் மட்டும் நின்றிருந்தன. பெரிதாகக் கூட்டம் இல்லை.

ஆல்டோவும் ஜெகதீசனும் உள்ளே நுழைந்தனர். வரவேற்பறையில் வெள்ளை நிற சேலையைச் சீருடையாக அணிந்து, பெண் ஒருவர் வேலை பார்த்துக் கொண்டிருந்தார். காத்திருப்பவர்களுக்கான இருக்கையில் முரட்டுத் தாடி, சீவப்படாத தலையுடனும் இரண்டு பேர் அசட்டையாக அமர்ந்து இருந்தனர். அவர்களின் கால்கள் மற்றொரு நாற்காலி மீது இருந்தன.

“டாக்டர் பஷீர் இருக்காரா?”

“இல்ல ஹவுஸ் விசிட் போயிருக்கார். எமர்ஜென்சி கேஸா?”

ஆல்டோ அடையாள அட்டையைக் காட்டினான். அந்தப் பெண்ணின் முகத்தில் மிரட்சி தெரிந்தது.

“ஒரு பேஷண்ட் பத்தின டிடெய்ல் வேணும்.”

கிருஷ்ண குமாரின் பெயரையும், செட்டுக்ஸிமேப் ஊசி வாங்கப்பட்ட தேதியையும் ஒரு துண்டுச்சீட்டில் எழுதிக் கொடுத்தான்.

அந்தப் பெண் தொலைபேசியை எடுத்து யாருக்கோ பேசினார், பின்னர் ஆமோதிப்பது போலத் தலையை அசைத்துவிட்டு பக்கத்தில் இருந்த மர அலமாரியைத் திறந்து சிறிது நேரம் தேடி உள்ளுக்குள் இருந்து பழைய நோட்டு ஒன்றை எடுத்தார். அதில் தேதிவாரியாக நோயாளிகளின் பெயர், விவரங்கள் எழுதப்பட்டிருந்தன. துண்டுச்சிட்டை ஒருமுறை பார்த்துக் கொண்டார். சரசரவென தாள்களைத் திருப்பி ஓரிடத்தை வந்தடைந்தார்.

“சார் இந்த பேஷண்ட் நேத்ரா ஓல்ட் ஏஜ் ஹோம் பேஷண்ட்.”

“ஓல்ட் ஏஜ் ஹோமா?”

“ஆமா. அங்க நம்ம டாக்டர் அங்க விசிட்டுக்குப் போவார். சின்ன பிரச்சனைக்கு அங்கயே டிரீட்மெண்ட் பார்ப்போம். தேவைப்பட்டால் பேஷண்ட்டை இங்க அழைச்சிட்டு வந்து டிரீட்மெண்ட் கொடுப்போம்.”

“அந்த ஓல்ட் ஏஜ் ஹோம் எங்க இருக்கு?”

“எச்சூர் திருப்போரூர் ரூட் தெரியுமா?”

“தெரியாது, சொல்லுங்க.”

“இங்க இருந்து திருப்போரூர் போற வழியில் பத்து கிலோமீட்டர்ல இருக்கு. இதே ரூட்ல போங்க. ஒரு இண்டியன் ஆயில் பெட்ரோல் பங்க் வரும். அதைத் தாண்டி லெஃப்ட் எடுங்க.”

இண்டியன் ஆயில் பெட்ரோல் பங்க் தாண்டி இடதுபுறம் திரும்பி திருப்போரூர் செல்லும் குண்டும் குழியுமான சாலையில் சிறிது தூரம் சென்றதும் அந்தப் பெயர்ப்பலகை தென்பட்டது. உதிர்ந்த மரப்பலகையில் பச்சை நிறத்தில் எழுதப்பட்டிருந்தது “நேத்ரா முதியோர் இல்லம்”. சுற்றிலும் கம்பி வேலி போடப்பட்டிருந்தது. தென்னை மரங்களும் பூச்செடிகளும் சூழ்ந்த அழகான பாதையின் வழியே சென்று பிரதான கட்டிடத்தின் முன் காரை நிறுத்தினான்.

தோட்டத்தின் சிமெண்ட் பெஞ்சில் அமர்ந்திருந்த ஒரு நடுத்தர வயதுப் பெண் காரைக் கண்டதும் எழுந்து வந்தார். இருவரும் காரில் இருந்து இறங்குவதற்கும் அவர் நெருங்கி வருவதற்கும் சரியாக இருந்தது.

"யாரைப் பாக்கனும் சார்?"

ஆல்டோ கிருஷ்ண குமாரின் புகைப்படத்தைக் காட்டினான்.

"இவர் இங்க இருக்காரா?"

"ஆமா. இங்க தான் இருந்தார்."

"இப்ப எங்க இருக்கார்? அவரைப் பார்க்கனும்."

"அவர் செத்து ஒரு வருசத்துக்கு மேல ஆச்சு. இப்ப வர்றீங்க?"

ஆல்டோவும் ஜெகதீசனும் ஒரு நொடி அதிர்ச்சியில் உறைந்தனர்.

"நீங்க அவர் சொந்தமா? இப்படியா கண்டுக்காம இருப்பீங்க? செத்ததுக்குக் கூட யாரும் வரல. அநாதைப் பொணமா போனாரு மனுசன். காலம் கலிகாலம் ஆகிப்போச்சு." அந்தப் பெண் கூறிய எதுவும் இருவரின் காதிலும் ஏறவில்லை.

"என்னது செத்துட்டாரா?"

"நம்பலைன்னா உள்ள போங்க. மேனேஜர் இருப்பார் அவர் கிட்டயே கேட்டுக்கோங்க"

சுந்தரேசன் எனும் பெயர்ப் பலகை தாங்கிய அறைக்குள் இருந்த முதியோர் இல்ல மேலாளரிடம் அறிமுகம் செய்து கொண்டான் ஆல்டோ.

"நீங்க சொல்ற கிருஷ்ண குமார் இங்கதான் இருந்தார் சார். விஜபி கஸ்டமர். சொந்தக்காரங்க யாருமில்லன்னு சொல்லி ஆயுள் சந்தா கட்டி தான் சேர்ந்தார்."

“ஆயுள் சந்தான்னா?”

“நம்ம கிட்ட நிறைய ஸ்கீம் இருக்கு. மாசா மாசம் பணம் கட்டி இருக்கலாம். வருசா வருசம் கட்டலாம். அது இல்லாம ஆயுள் சந்தான்னு மொத்தமா ஒரு அமவுண்ட் கட்டிட்டா கடைசிவரை பார்த்துக்குவோம். அதுக்குப் பிறகு எந்த கட்டணமும் கிடையாது.”

“கிருஷ்ண குமார் எப்படி இறந்தார்?”

“இங்க சேர்ந்த முதல் மூனு மாசம் நல்லாத்தான் இருந்தார். கோலோன் கேன்சர். ஆனா டிரீட்மெண்ட் ஒழுங்கா எடுத்துக்கல. திடீர்னு உடல்நிலை சரியில்லாம போச்சு. சாப்பாடு இறங்கல. பஷீர் டாக்டர் தான் பார்த்தார். பெரிய ஹாஸ்பிடல் போக அவர் ஒத்துக்கல. பஷீர் டாக்டர் காஸ்ட்லி ஊசி எல்லாம் போட்டுப் பார்த்தார். ஆனா காப்பாத்த முடியல.”

“அவர் இறந்ததை நீங்க யாருக்கும் இன்ஃபார்ம் பண்ணலையா?”

“அவருக்கு ஒரே ஒரு பையன் தானாம். அவனும் ஆக்ஸிடெண்ட்ல செத்ததுனால வேற யாரும் இல்லன்னார். யாருக்கும் இன்பார்ம் பண்ண வேண்டாம்ன்னு எழுதி கொடுத்திருந்தார்.”

“டெத் ரெஜிஸ்டர் பண்ணுனீங்களா? சர்டிபிகேட் இருக்கா?”

“ஒரு நிமிசம்....”

தனக்கு அருகில் இருந்த கோப்புகளை குடைந்து இறப்புச் சான்றிதழைக் கண்டுபிடித்தார்.

“நம்ம ஹோம் பக்கா லீகல் சார். எல்லாமே சட்டப்படி செய்வோம்”

ஆல்டோ அந்த இறப்புச் சான்றிதழை வாங்கிப் பார்த்தான். அதன் தேதியைக் குறித்துக் கொண்டான்.

“டெத் சர்டிபிகேட்ல ஏன் ஆதார் நம்பர் சேர்க்கல?”

“ஆதார் நம்பர் கட்டாயம் இல்லன்னு ரூல்ஸ் இருக்கு சார். உங்களுக்குத் தெரியாதா?”

“அவரைப் பார்க்க வேற யாராவது வருவாங்களா?”

“அவர் இங்க இருந்த நாலஞ்சு மாசத்தில் யாருமே வந்தது இல்ல சார். அவர் தான் எப்பவாது வெளில போவார்.”

“எங்க போவார்?”

“எங்க போவார்ன்னு தெரியாது. வாசல்ல இருக்க ஆட்டோ ஸ்டாண்ட்ல ஆட்டோ எடுத்துட்டு போவார். எதுக்கு சார் அவரைப் பத்தி இவ்ளோ டிடெயில்?”

“அவர் ஒரு கொலை வழக்கில் சம்பந்தப்பட்டிருக்கார். அவரோட பொருள், சூட்கேஸ் இந்த மாதிரி ஏதாவது இருக்கா?”

கொலை வழக்கு எனக் கேட்டவுடன் சுந்தரேசன் முகம் மாறியது.

“சூட்கேஸ் ஒன்னு இருந்தது. அதுல அவர் போடுற டிரெஸ் மட்டும் தான் இருந்தது. மத்தபடி செல்போன் கூட யூஸ் பண்ண மாட்டார்..... ஆங் ஒரு லேப்டாப் வச்சிருந்தார். இப்ப தான் ஞாபகம் வருது. யாராவது தேடி வந்தா அந்த லேப்டாப்பை கொடுக்கச் சொல்லியிருந்தார்.”

மேசையில் இருந்த மணியை அழுத்தினார். முதலில் ஆல்டோவிடம் பேசிய அந்தப் பெண் உள்ளே வந்தார்.

“பதிமூனாம் நம்பர் லாக்கர்ல ஒரு லேப்டாப் இருக்கும், எடுத்துட்டு வாங்க.”

அந்தப் பெண் எடுத்துக் கொண்டு வந்த மடிக்கணினியை ஆன் செய்தான் ஆல்டோ. கடவுச்சொல்லை உள்ளீடு செய்யக் கூறியது.

“பாஸ்வேர்டு கேட்குது சார். அன்லாக் பண்ணுனா தான் உள்ள போக முடியும்.” ஜெகதீசன் கூறினார்.

“இந்த லேப்டாப்பை நாங்க எடுத்துட்டு போறோம்.”

“முடியாது சார்.”

ஆல்டோ நிமிர்ந்து பார்த்தான்.

“நீங்க ஐடி கார்டு மட்டும் தான் காட்டுனீங்க. உங்களை போலிஸ்ன்னு எப்படி நம்புறது? ஐம்பது ரூபா செலவு பண்ணுனா யார் வேணா ஐடி கார்ட் பிரிண்ட் பண்ணலாம். என்னை நம்பி அவர் கொடுத்திட்டு போன லேப்டாப். முன்னப்பின்ன தெரியாதவர்கிட்ட எப்படி கொடுக்க சார்?”

“நியாயம் தான்..” ஆல்டோ யோசித்தான் “சரி ஒன்னு பண்ணலாம். லோக்கல் போலிசை வரச் சொல்றேன். நீங்க அவங்ககிட்ட ஹேண்ட் ஓவர் பண்ணுங்க. இது எந்த ஸ்டேசன் லிமிட்?”

“திருக்கழுக்குன்றம் லிமிட் தான் சார்.”

ஜெகதீசன் பக்கம் திரும்பினான். “சார் லோக்கல் ஸ்டேசன் கூட கோஆர்டினேட் பண்ணி இந்த லேப்டாப்பை வாங்கிட்டு வாங்க. எனக்கு ஒரு சின்ன வேலை இருக்கு.”

வெளியில் இருக்கும் ஆட்டோ ஸ்டாண்டிற்கு வந்தான். ஒரே ஒரு ஆட்டோ மட்டும் நின்றது. நீல நிற வேட்டிக்கு மேல் காக்கி சாட்டை அணிந்த நடுத்தர வயது ஓட்டுநர் தாடியுடன் இருந்தார். ஆல்டோவைக் கண்டதும் புகைத்துக் கொண்டிருந்த பீடியைத் தூக்கிவீசிவிட்டு எழுந்து நின்றார்.

“இவரைப் பார்த்திருக்கீங்களா?” கிருஷ்ணகுமாரின் புகைப்படத்தைக் காட்டினான்.

“பார்த்திருக்கேன் சார். நம்ம ஆட்டோல வருவார். ஆள் இப்ப இல்ல. ப்ச்ச்ச்”

“பரவாலயே. இவர் இறந்து ஒரு வருசத்துக்கு மேல ஆச்சு. ஆனா போட்டோ பார்த்த உடனே ஞாபகம் வந்திருது.”

"நல்ல சவாரி சார். இங்க இருந்து குரோம்பேட் வரை ஆட்டோலயே போவார், வருவார்."

"குரோம்பேட்டைக்கா?"

"ஆமா சார். ரெண்டு, மூனு தடவை போய் இறக்கி விட்டுருக்கேன்."

"இறக்கிவிட்டுட்டு வந்துட்டா எப்படித் திரும்பி வருவார்?"

"முதல்நாள் நைட் போய் இறக்கிவிடுவேன் சார். குரோம்பேட் கிட்ட ரேடியல் ரோட்ல ஒரு ஓயோ ரூம் இருக்கு. அங்க தங்குவார். மறுநாள் காலையில பிக்கப் பண்ணிக்குவேன். லம்ப்பா பணம் கொடுப்பார்."

"அந்த ஓயோ ரூம் பேரு தெரியுமா?"

"பேரு ஞாபகம் இல்ல சார். ரேடியல் ரோடுல பால்ஸ் காலேஜ் ரோடு பிரியும்ல, அதுக்கு பக்கத்திலயே மெயின்லயே இருக்கும், கிரீன் கலர் போர்டு."

"அவர் இறந்தது உங்களுக்கு எப்படித் தெரியும்? யார் சொன்னா? பாடியைப் பார்த்தீங்களா?"

"அவர் சாகப் பொழைக்க கிடந்தப்ப பஷீர் டாக்டர் ஆஸ்பிடலுக்கு அழைச்சிட்டு போகனும்ன்னு மேனேஜர் கால் பண்ணுனார். என் கண்ணு முன்னாடியேதான் செத்துப் போனார் சார்."

"கிருஷ்ணகுமார் இப்போது இல்லை" எனும் விசயம் புகை போல் எழுந்து பூதமாக வளர்ந்தது.

*****

### இரும எண்

"ஆட்டோ டிரைவர் சொன்ன ஓயோ ரூம்ல விசாரிச்சுட்டேன் சார். சுகேஷ் விபத்துக்குப் பிறகு, மூனு விபத்து நடந்த தேதிலயும் இந்த ஆள் அந்த ரூம்ல தங்கி இருந்திருக்கான். ரூம் ஜன்னல் கிட்ட இருந்து பார்த்தா ஆக்ஸிடெண்ட் ஆன இடம் 200 மீட்டர் கூட இல்ல. அங்க இருந்து தான் ரிமோட்ல ஆபரேட் பண்ணியிருக்கனும். ஆனா மூனு தடவைதான் தங்கியிருக்கான். அதுக்குப் பிறகு வரல. செத்தவன் எப்படி சார் இப்பவும் ஆக்ஸிடெண்ட் பண்றான்? ஒருவேளை இந்த டெத்தும் டிராமாவா?" ஜெகதீசன் பேசிக் கொண்டிருந்தார்.

ஆல்டோ வேறு சிந்தனையில் அந்த மடிக்கணினியையே நீண்ட நேரம் வெறித்துப் பார்த்துக் கொண்டிருந்தான்.

கடவுச் சொல் என்னவாக இருக்கும்?

சைபர் கிரைம் போலீசிடம் சென்றால் அன்லாக் செய்து கொடுத்துவிடுவார்கள். ஆனால் நாளை காலையில்தான் அவர்கள் அலுவலகம் திறக்கப்படும். அதன் பின் இதர அலுவலகச் சடங்குகள் முடித்து உயர் அதிகாரிகளின் அனுமதி பெற்று இதனை அன்லாக் செய்ய மேலும் நேரமாகும். அதுவரை இந்த மடிக்கணினியைக் கையில் வைத்துக் கொண்டு எதுவுமே செய்யாமல் அமர்ந்து இருப்பது, தாகமான நேரத்தில் கண்ணாடிப் பேழையில் பூட்டப்பட்டிருக்கும் தண்ணீர் பாட்டிலைப் பார்த்துக் கொண்டிருப்பது போல இருந்தது. இத்தனை நாளாகத் தூக்கத்தைக் கெடுத்த வழக்கின் முக்கிய ஆதாரம் கைவசம் உள்ளது. ஆனால் திறந்து பார்க்க இயலவில்லை. இதுபோன்ற நேரங்களில் ஆல்டோவின் உள்ளிருந்து ஒரு உணர்வு இப்போதே செய்து

முடிக்க வேண்டும் எனத் தூண்டும். அதைச் செய்து முடிக்காமல் ஆல்டோவால் எதிலும் முழுமையாகக் கவனம் செலுத்த இயலாது.

நானாக இருந்தால் என்ன கடவுச் சொல் தேர்ந்தெடுத்திருப்பேன்?

ஒரே பையன் சுகேஷ்.

s u g e s h
தட்டச்சு செய்தான்.

Wrong password. Try again
(You have 2 attempts left)

ஒருவேளை முதல் எழுத்து கேப்பிடல் எழுத்தாக இருக்குமோ!

S u g e s h

Wrong password. Try again.
(You have 1 attempt left)

இந்தப் பெயர் ஆறு எழுத்துதான். ஆனால் கடவுச் சொல் குறைந்தபட்சம் எட்டு எழுத்து. வேறு ஏதாவது சேர்த்திருக்கலாமோ! பிறந்த தேதி?

"ஜெகதீசன் சார், நம்ம ரெகார்ட்ஸ்ல சுகேஷ் பிறந்த தேதி இருக்கான்னு பாருங்க."

"இருக்கு சார். 07.02.2002"

S u g e s h 7 2 0 2

மடிக்கணினியின் திரையில் ஒரு உலகம் சுழன்று உள் நுழைந்தது.

யெஸ்!!

மடிக்கணினியின் முதன்மைத்திரையில் ஒரே ஒரு வேர்ட் டாகுமெண்ட் கோப்பு மட்டும் இருந்தது.

அதைத் திறந்தான். அந்த டாகுமெண்ட் முழுவதும் ஆயிரக்கணக்கில் 0,1 என்ற இரு எழுத்துகள் மட்டும் சில இடங்களில் சிறிய கோடு இடப்பட்டு, சில இடங்களில் இடைவெளி விடப்பட்டு எழுதப்பட்டிருந்தன.

ஜெகதீசன் திரையில் தெரிந்த எண்களைக் கண்டார்.

"என்ன சார் இது? ஸ்கிரீன் முழுக்க ஸீரோ ஒன்னுன்னு டைப் பண்ணி வச்சிருக்கான்?"

"இது பைனரி நம்பர்ஸ்."

"பைனரி நம்பர்ஸா?"

"நம்ம ஸீரோல இருந்து ஒன்பது வரை நம்பர் பயன்படுத்துறோம்ல அதுக்குப் பேரு டெசிமல். அதே வெறும் ஸீரோ, ஒன்னு - இந்த ரெண்டே நம்பர் பயன்படுத்துனா அது பைனரி. இது எல்லாமே பைனரி நம்பர்ஸ்"

"இத எதுக்கு ஒரு டாகுமெண்ட் முழுக்க எழுதி வச்சிருக்கான்?"

"இதை கம்ப்யூட்டர் கோடிங்ல இருந்து எலக்டிரிக்கல் சர்கியூட் வரை நிறைய இடங்களில் பயன்படுத்துவாங்க. முதல்ல இதை டெசிமல் நம்பரா கன்வெர்ட் பண்ணிப் பார்ப்போம்"

கூகிளில் 'Binary to decimal converter' என டைப் செய்து தேடினான். பிறகு ஒவ்வொரு எண்ணாக உள்ளீடு கொடுத்து தேட ஆரம்பித்தான்.

"ஜெகதீசன் இந்த சின்ன கோடு இருக்கு பார்த்தீங்களா, அதுவரை ஒரே பைனரி நம்பர். அதுக்குப் பிறகு அடுத்த நம்பர். அதுக்குப் பிறகு கேப். அதை இந்த ஆன்லைன் கன்வெர்ட்டர்ல கொடுத்தா அது டெசிமல் நம்பரா மாத்தி கொடுத்திரும். நீங்களும் அந்த கம்யூட்டர்ல இதை கன்வெர்ட் பண்ணுங்க. வேலை சீக்கிரமா முடியும்."

20 நிமிடத்தில் அனைத்து இரும எண்களையும் தசம எண்களாக மாற்றி முடித்திருந்தனர்.

"இதுல இருக்க எல்லா நம்பருமே 25க்கு உள்ள இருக்கு பாருங்க சார்."

"ஆக்சுவலி அது 26. ஆனா அந்த 26வது எழுத்து Z இங்க யூஸ் ஆகல."

"புரியல. இது என்ன நம்பர்ஸ்?"

"A1Z26 cipher. இருக்கதிலயே ரொம்ப சிம்பிளான புதிர் வார்த்தை விளையாட்டு. A க்கு பதில் 1, அப்படியே Z க்கு 26 வரை எழுதுனா எல்லா ஆல்பபெட்டையும் நம்பர்ல கொண்டு வரலாம்."

"இப்ப இதுல இருக்க 1க்கு பதில் A போடனும். 2க்கு பதில் B போடனும். அப்படித்தானே?"

அதை அவர்கள் செய்து முடித்த போது கிருஷ்ணகுமார் ஆங்கிலத்தில் எழுதிய கடிதம் அவர்களுக்குக் கிடைத்தது.

அதன் தமிழாக்கம்.

"யார் இதைப் படித்தாலும் என்னை மன்னிக்கவும். என் மகன் இறப்பிற்குப் பழி வாங்குவதாக நினைத்து மூன்று அப்பாவி உயிர்களை நான் கொன்றுவிட்டேன். அதுவும் கடைசியாக இறந்த மாணவனின் பெற்றோர் கதறல் என் கண்களை விட்டு அகலவில்லை. மகனை இழந்து என்னைப் போன்றே அவர்களும் துன்பப்பட்டிருப்பார்கள். அதற்கு நானே காரணம். பெரிய பாவம் செய்துவிட்டேன். இந்த உலகத்தில் நான் வாழ அருகதையே இல்லை. நன்றி."

"என்ன சார் மூனு மட்டும் தான்னு இவன் எழுதியிருக்கான். ஆனா நம்ம கணக்குப் படி 11"

ஆல்டோ அசையாமல் அமர்ந்திருந்தான். அவன் சிந்தனை அதிவேகத்தில் இயங்குவதைக் கண் கருவிழியின் படபடப்பில் உணர முடிந்தது.

"ஓயோ ரூம் தகவல், கிருஷ்ணகுமார் இறந்த தேதி, இந்த கடிதம் எல்லாமே ஒரே விசயத்தைத்தான் சொல்லுது. கிருஷ்ணகுமார் செஞ்

சது முதல் மூனு விபத்துகள் மட்டும் தான். அப்ப மீதி விபத்துகளை செஞ்சது யார்?"

முதியோர் இல்லத்தில் சிறு பொறியாகத் தோன்றிய கடைசிக் கேள்வி இப்போது கொழுந்துவிட்டு எரிந்தது. அந்நெருப்பில் இருந்து வெளிவரும் கரும்புகை ஆல்டோவைச் சுற்றி மூச்சுத் திணறச் செய்தது.

இத்தனை விபத்துகளை உண்டாக்கிய இன்னொரு கயவன் இன்னும் வெளியில் இருக்கிறான். அவனை கண்டுபிடிக்க வேண்டும். மீண்டும் முதலில் இருந்து ஆரம்பிக்க வேண்டும்.

பரமபதத்தில் பாம்பு கடித்து மீண்டும் ஒன்றாம் எண் கட்டத்திற்கு வந்ததைப் போல் இருந்தது.

★★★★★

## பரமபதம்

"ஒருவேளை ஆட்டோமேட்டட் சிஸ்டமா இருக்குமோ கார்த்திக்? குறிப்பிட்ட இடைவெளியில் அதுவா ஆக்டிவேட் ஆகி ஆக்ஸிடெண்ட் உண்டாக்குற மாதிரி?" அருள்மொழி கேட்டார்.

"வாய்ப்பே இல்ல சார். அந்த மெசினோட பவர் கன்சம்ப்ஷன் அதிகம். அதனால தான் அந்த மெசின் ஆபரேட் ஆகும் போது தெருவிளக்கு எல்லாம் அணையுது. அதேமாதிரி மெசின் மொத்தமே 10-20 செகண்ட்ஸ் தான் ஆன்ல இருக்கும். அது ஒரு பல்ஸ் மாதிரி..... ஒரு அலை மாதிரி எலக்டிரோ மேக்னடிக் ஃபீல்டை உருவாக்கும். அதுக்குள்ள பைக் அந்த இடத்தை கிராஸ் பண்ணனும். புரொஃபசர் சுதாகரும் மேனுவலா ரிமோட் வச்சு ஆபரேட் பண்ணிதான் விபத்து உண்டாக்க வாய்ப்பிருக்குக்குன்னு சொன்னார். அந்த மெசின்ல ஆட்டோமேட்டட் சர்கியூட் இல்ல. ஆனா ரிமோட் வச்சு ஆபரேட் பண்ண வழி இருக்கு."

"மீடியன் சுவர்ல கிருஷ்ண குமார் இந்த மெசின் வைக்கும்போது அங்க இருக்க சிசிடிவி கேமரால ரெகார்ட் ஆகலையா?"

"சிசிடிவி கேமரா இன்ஸ்டால் பண்ணுனது தொடர்ச்சியா நிறைய ஆக்ஸிடெண்ட் நடக்க ஆரம்பிச்ச பிறகு தான். அது மட்டுமில்லாம அந்த சிசிடிவி கேமரால 15 நாள் ஸ்டோரேஜ் மட்டும் தான் இருக்கு. பழசு டெலீட் ஆயிடும். ஆக்ஸிடெண்ட் ஆன வீடியோஸ் மட்டும் தனியா ஸ்டோர் பண்ணி வச்சுருக்காங்க"

“இப்ப அடுத்து என்ன பிளான்?”

“அதான் எனக்கும் புரியல சார். கேஸ் முடிஞ்சதுன்னு நினைச்சு கிட்ட நெருங்கும் போது கானல் நீர் மாதிரி எல்லாம் காணாமல் போய்டுச்சு. திரும்பவும் ஸ்கொயர் ஒன் வந்த மாதிரி இருக்கு.”

“அந்த மெசின் எங்க இருந்து வாங்குனதுன்னு எதுவும் டிரேஸ் பண்ண முடியுமா?”

“எல்லாமே கள்ள மார்க்கெட் சார். கடத்தி வரப்பட்ட மெசின்ஸ். நோ ரெகார்ட்ஸ்”

“லெட் அஸ் சீ. இப்போதைக்கு அந்த மெசினை கண்டுபிடிச்சதே பெரிய நிம்மதி. இதுக்கும் ஒரு வழி கிடைக்கும்” அருள்மொழி தன் ஆறுதலுக்காக அப்படிப் பேசுகிறார் என உணர்ந்தான் ஆல்டோ.

பத்து நாட்களாகத் தூக்கமின்றி அலைந்ததால் ஆல்டோவின் கண்ணுக்குக் கீழ் கருவளையங்கள் வந்திருந்தன. ஒழுங்காகச் சவரம் செய்யாத முகத்துடன் இப்போதைய விரக்தியும் சேர்ந்து அவன் பொலிவைக் குறைத்துக் காட்டின. தொங்கிய முகத்துடன் தன் அலுவலகத்திற்கு வந்தான்.

கிருஷ்ணகுமாரின் மடிக்கணினி அலுவலக மேசை மீது இருந்தது. சுரத்தை இல்லாமல் அதை எடுத்தான். அந்த பைனரி எண்களைக் கொண்டு எழுதப்பட்ட கடிதம் இல்லை என்றால் எங்கேனும் மறைந்து கொண்டு கிருஷ்ண குமார் இன்னும் விபத்துகளைச் செய்வதாகக் கூட விசாரிக்கலாம். அல்லது வேறு கூட்டுக்காரர்களுடன் சேர்ந்து செய்து கொண்டிருப்பதாகவும் கருதலாம். ஆனால் அப்பட்டமாகக் குற்றத்தை ஒப்புக் கொண்டு மன்னிப்புக் கடிதம் எழுதிய பின் என்ன செய்ய? எப்படி விசாரிக்க?

அந்த கடிதத்தை மறுபடியும் கிளிக் செய்து பார்த்தான். திரை முழுக்க முட்டைகளும் கோடுகளும். ஏற்கனவே கண்ணில் இருந்த சோர்வை அந்த எண்கள் அதிகப்படுத்தின.

மூடிவிட்டு வேறு போல்டர்களைத் திறந்து பார்த்தான். துறைசார்ந்த பிடிஎப் மென்புத்தகங்கள் நிறைந்திருந்தன. வேறு சில

வரவு செலவு கணக்குகள் எக்ஸெல் கோப்புகளாக இருந்தன. பாடம் எடுக்கப் பயன்படும் பவர் பாயிண்ட் பிரசண்டேசன்கள் இருந்தன. ஒரு ஃபோல்டர் முழுக்க புகைப்படம். அதற்குள் சுகேஷ் இறுதிச் சடங்கு என ஒரு துணை ஃபோல்டர். அதைத் திறந்து பார்த்தான். சுகேஷின் இறப்பு நிகழ்ச்சியின் போது எடுக்கப்பட்ட புகைப்படங்கள் இருந்தன. ஒவ்வொருவரும் அஞ்சலி செலுத்துவது வரிசையாகப் பதிவாகி இருந்தது. சுகேஷ் உடலின் அருகில் மீனா சோகமாக இருப்பதும் தூரத்தில் கிருஷ்ணகுமார் குற்ற உணர்ச்சியுடன் நிற்பதும் பதிவாகியிருந்தது. சில புகைப்படங்களில் மீனாவின் கணவர் அகர்வால் இருந்தார். புகைப்படங்களை மாற்றிக் கொண்டே இருந்த ஆல்டோ ஒரு புகைப்படத்தைக் கண்டதும் உறைந்து நின்றான்.

"இந்த சின்ன விசயத்தை கவனிக்காமல் விட்டுட்டோமே...."

பேராசிரியர் சுதாகரின் உதவியாளர் பூஜாவிற்கு போன் செய்தான்.

"அந்த புராஜக்ட் டிடெய்ல் அன்னைக்கு சொன்னீங்கள்ள?"

"ஆமா...."

"அந்த புராஜக்ட் செஞ்சது யார் யார்ன்னு திரும்ப ஒரு தடவை பார்த்துச் சொல்ல முடியுமா?"

"ஒரு நிமிசம் சார்.."

இரண்டு நிமிட காத்திருப்புக்குப் பிறகு சொன்னார்.

"'இ.எம்.பி பேஸ்டு நான்-காண்டாக்ட் வெஹிக்கிள் கண்ட்ரோல் சிஸ்டம்' - புராஜக்ட் பை - அபிநயா சண்முகம், பிரவீண் முருகேசன், ஆனந்த் நவீன்குமார். அண்ட் . ஃபேகல்டி கைட் - கிருஷ்ண குமார்...."

"காட் இட்.. ரொம்ப ரொம்ப நன்றி."

ஆனந்த் நவீன்குமார்.

ஈஸ்வரி சக்தி பீடத்தின் நவீன். இந்திய அரசின் பெருநிறுவன விகாரங்கள் துறை அமைச்சகத்தின் இணையதளத்தில் இருந்த முழுப்பெயர்.

## பின்கதை

தாம்பரம் ஆணையர் அலுவலகத்தில் பத்திரிகையாளர் சந்திப்பிற்கு முன், ஆணையரைச் சந்திப்பதற்காகச் சென்றான் ஆல்டோ. ஓடிவந்து கார்த்திக் ஆல்டோவை கட்டியணைத்தார் ஆணையர் இராஜேந்திரன்.

“இதை நான் எதிர்பார்க்கவே இல்ல. நிரூபிச்சுட்டீங்க ஆல்டோ. ஒத்துக்கிறேன், நீங்க திறமைசாலி தான். எப்படி அந்த நவீனை சுத்தி வளைச்சீங்க?”

“சுகேஷ் இறுதிச் சடங்கு போட்டோஸ்ல ஒரு இடத்தில் நவீன் இருந்தான். ஈஸ்வரி பீடம் போன அன்னைக்கு அவன் இஞ்சினியரிங் படிச்சதா சொன்னான். ஆனா என்ன காலேஜ்ன்னு நான் கேட்கல. அதேமாதிரி விக்டிம்ஸ் போட்டோஸ் காட்டும் போது யாரையுமே தெரியாதுன்னு சொன்னான். ஆனா இங்க கிருஷ்ண குமார் லேப்டாப்பில் அவன் போட்டோ இருந்துச்சு. அப்புறம் லின்க் பண்ணிப் பார்க்கும் போது ஒருவேளை இவன் படிச்சது பால்ஸ் காலேஜா இருக்கலாமோன்னு ஒரு சந்தேகம் வந்தது. இன்னும் ஆழமா யோசிக்கும் போது இவனும் அதே புராஜக்ட்ல வேலை பார்த்திருக்கலாம்ன்னு தோணுச்சு. அதான் பூஜாவுக்கு கால் பண்ணுனேன். நான் சந்தேகப்பட்டது சரின்னு ஆயிடுச்சு.”

“ஆனா அரெஸ்ட் பண்ண இது மட்டும் பத்தாதே? நமக்கு ஸ்டிராங் எவிடென்ஸ் வேணும்.”

“ஆள் யாருன்னு தேடுறதுதான் கஷ்டம் சார். ஆள் யாருன்னு தெரிஞ்சா எவிடென்ஸ் தேடுறது ரொம்ப ஈசி. நிறைய ஆதாரங்கள் இனி கிடைக்கும். நம்ம அந்த மெசினை கண்டுபிடிச்ச உடனே அவன் உஷாரா அந்த மெசின் ரிமோட்டை பல்லாவரம் ஏரியில் தூக்கிப் போட்டுட்டான். அவனுக்கும் மெசினுக்கும் இடையில் இருக்க ஒரே தொடர்பு அந்த ரிமோட் மட்டும் தான். அதை தூக்கிப் போட்டுட்டா தப்பிச்சிடலாம்ன்னு நினைச்சுட்டான்.”

“ப்ரில்லியண்ட்டா தான் யோசிச்சு இருக்கான். ரிமோட் இல்லன்னா எவிடென்ஸ் இருக்காதே?”

“மண்டையை மறைச்சவன் கொண்டையை மறைக்கல. அந்த ரிமோட்டை அமேசான்ல வாங்கியிருக்கான். ஆன்லைன் ஆர்டர் ஹிஸ்டரியை செக் பண்ணும்போது மாட்டிக்கிட்டான். அதோட அவன் செஞ்ச புராஜக்ட் பவர் பாயிண்ட்டையும் காட்டுன பிறகு, எல்லாத்தையும் ஒத்துக்கிட்டான். இன்னும் ஆக்ஸிடெண்ட்ஸ் ஆன அன்னைக்கு மொபைல் டவர் லொகேஷன், மத்த ஆதாரங்களையும் எடுத்தா அவன் தப்பிக்கவே முடியாது.”

இருவரும் பேசிக் கொண்டு இருந்த போது இயக்குநர் அருள்மொழி நுழைந்தார். ஆல்டோ எழுந்து நின்றான். அவனது உடலை இழுத்துக் கட்டியணைத்துக் கைகுலுக்கினார்.

“பரமபதத்தில் பாம்பு இருந்தா ஏணியும் இருக்கும் கார்த்திக். நேத்து எவ்வளவு சோகமா இருந்தீங்க? முகமே தொங்கிப் போய் இருந்துச்சு. இன்னைக்கு அவ்ளோ சிரிப்பு.”

“உண்மை தான் சார். ஏதோ ரோலர் கோஸ்டர் ரைடு மாதிரி இருந்தது இந்த கேஸ். ஒருநாள் அவ்வளவு தான் முடிஞ்சிருச்சுன்னு இருக்கும். மறுநாள் முடியவே முடியாது போலன்னு தோணும்.”

“எல்லாமே ஈசியா முடிஞ்சிட்டா நம்ம பிரான்ச் எதுக்கு? இந்த ஸ்பெஷல் டீம் எதுக்கு?”

ஆல்டோ சிரித்தான்.

“ஒரு விசயம் மட்டும் இன்னும் நெருடலா இருக்கு கார்த்திக். முதல் மூனு விபத்துக்கு காரணம் கிருஷ்ண குமார். அதுக்குப் பிறகு இறந்துட்டார். அதை எப்படி இந்த நவீன் கண்டினியூ பண்ணினான்? எப்படி இந்த மெசின் கிருஷ்ணகுமார் கையில் இருந்து நவீன் கைக்கு வந்தது?”

“ரெண்டு பேருமே அந்த புராஜக்ட்ல ஒர்க் பண்ணிருக்காங்க. முதல் சில ஆக்ஸிடெண்ட்ஸ் பார்த்த உடனே நவீனுக்கு புரிஞ்சிடுச்சு இது அவங்க செஞ்ச புராஜக்ட்டுன்னு. அதேமாதிரி கிருஷ்ண குமார்

பையன் இறந்த இடத்தில் இந்த விபத்து நடந்ததை வச்சு அவர் தான் செய்யுறார்ன்னு உறுதி பண்ணிட்டான்.”

“ஓகே....?”

“அவனே எதிர்பாராத விதமா ஆரச்சாலையில் விபத்துகள் நிறைய நடந்த பிறகு ஈஸ்வரி பீடத்துக்குக் கூட்டம் அதிகமாகியிருக்கு. இதை நவீனும் ஈஸ்வரி அம்மாவுமே நினைச்சுப் பார்க்கல. ஆனா திடிர்ன்னு விபத்து நின்னு போயிடுச்சு. கூட்டம் குறையத் தொடங்கிருச்சு.”

“அதாவது கிருஷ்ண குமார் செத்த பிறகு?”

“ஆமா. அப்ப நவீன் கிருஷ்ணகுமாரை தேடிப்பார்த்திருக்கான், கண்டுபிடிக்க முடியல. உடனே அந்த ஆக்ஸிடெண்ட் இடத்தைப் போய் பார்த்திருக்கான். மெசின் டிஸ்கனெக்ட் ஆகியிருந்துருக்கு. திரும்ப பவர் கூட கனெக்ட் பண்ணி, புது ரிமோட் வாங்கி இவனே ஆபரேட் பண்ண ஆரம்பிச்சுட்டான்.”

“இவனே கிருஷ்ணகுமார் ஆயிட்டான்?”

“யெஸ். திரும்ப ஈஸ்வரி பீடத்துக்குக் கூட்டம் அதிகமாயிடுச்சு. வருமானம் அதிகமாயிடுச்சு. இதைத் தொடர்ச்சியா செய்ய ஆரம்பிச்சுட்டாங்க.”

“தேவையில்லாம திரு பைக்கை ஆக்ஸிடெண்ட் செய்ததால தான மாட்டுனான்? இல்லன்னா இப்ப வரை கண்டுபிடிச்சுருக்க முடியாது.”

“அதான் மனுஷ ஈகோ சார். அதை டச் பண்ணுனேன், மாட்டிக்கிட்டான். ஆனாலும் அவன் அன்னைக்கு ஆக்ஸிடெண்ட் பண்ணலன்னாலும் வேற வழியில் மாட்டியிருப்பான். என்ன கொஞ்சம் டைம் ஆகியிருக்கும்.”

“ஈஸ்வரியை அரெஸ்ட் பண்ணியாச்சா?”

“இதுவரை ஈஸ்வரி டைரக்ட்டா இன்வால்வ் ஆனதுக்கு நமக்கு ஆதாரம் எதுவும் கிடைக்கல சார். என்னோட கெஸ் சரியா இருந்தா

நவீன் எல்லாத்தையும், தான் மட்டும் செஞ்சதா ஒத்துக்கிட்டு ஈஸ்வரியை காப்பாத்திடுவான்.''

"சார் பிரஸ்மீட் ரெடி" ஒரு காவலர் வந்து உரையாடலைக் கலைத்தார். மூவரும் எழுந்தனர்.

வெளியில் வந்த கார்த்திக் ஆல்டோவிற்கு அந்த வாட்ஸ் ஆப் செய்தி வந்தது.

"என்னால ஒரு விசயத்த மட்டும் ஏத்துக்கவே முடியல. நீ அந்த புரொஃபசருக்கு கால் பண்ணிருக்கலாம். ஆனா ஏன் பூஜாவுக்கு பண்ணுன?" ஆல்டோவிற்கு சிரிப்பை அடக்க முடியவில்லை. இவர்களுக்கு மட்டும் எப்படி இப்படி சிந்தனை வருகிறது.

"எவ்வளவு பெரிய கேஸை சால்வ் பண்ணிருக்கேன்? ஊர் உலகமே பாராட்டுது, உனக்கு மட்டும் ஏன் இப்படி தோணுது?"

"பேச்சை மாத்தாத. இதை என்னால ஏத்துக்கவே முடியல, எத்தனை வருசம் ஆனாலும் மறக்க மாட்டேன்."

"ம்ம்ம். மறக்காத."

"ஒரு முக்கியமான டவுட். அதெப்படி சத்யாசோமா தேவசோமா பெயரும், சத்யா-தேவி பெயரும் ஒன்னா அமைஞ்சது?"

"சிம்பிள். Reverse Engineering. என்ன பேரு கிடைக்குதோ, அதுகூட ஏற்கனவே இருக்க கதையை மேட்ச் பண்ணிடுறது, இல்லன்னா அதை வச்சு புதுசா ஒரு கதை எழுதுறது. நம்ம ஊர்ல கதைக்கா பஞ்சம்?. "நம்மில் எத்னி பேருக்கு தெரியும்?" டைப் கதை எழுதுறதுக்குன்னே ஒரு பெரிய டீமே இருக்காங்க."

"ஒரு வழியா கேஸ் முடிஞ்சது. இனிமேலாவது ஒழுங்கா மெசேஜ் அனுப்புவியா?"

"கேஸ் முடிஞ்சதா? இனிமே தான் ஆரம்பிக்கப் போகுது?"

"என்ன சொல்ற? அதான் முக்கிய குற்றவாளியை கண்டுபிடிச்சுட்டீங்களே?"

"இந்த கேஸ்ல மட்டும் கவர்னர் ஆபிஸ் அதிக இன்வால்வ்மெண்ட் காட்டி ஏன் நெருக்கடி கொடுத்தாங்கன்னு தெரியுமா?"

"ஏன்?"

"ஜெகதீசனுக்கு விருது ஆசை காட்டி அவரை மெனிபுளேட் செய்யத் திட்டம் போட்டுக் கொடுத்தது யார் தெரியுமா?"

"யாரு?"

"லீக்கான திரு ஆக்ஸிடெண்ட் வீடியோ வச்சு ஆர்ப்பாட்டம் நடத்துறதுக்குத் தேசியக் கட்சிக்கு ஸ்கெட்ச் போட்டுக் கொடுத்தது யார் தெரியுமா?"

"யாரு?"

"கேஸை சிபிஐக்கு மாத்தி, எல்லா விபத்தையும் காணாமல் போன கிருஷ்ண குமார் மேல எழுதி நவீனை காப்பாத்த முயற்சி பண்ணுனது யார் தெரியுமா?."

"யாரு?"

"மீடியா நெக்ஸஸ் மூலமா இந்த கேஸ் பத்தி தொடர்ந்து தலைப்புச் செய்தி வரவச்சு விசாரணை டீமை பிரஷர்லயே வச்சிருந்தது யார் தெரியுமா?"

"யாரு?"

"கேஸ் முடியப் போற நேரத்தில் தாம்பரம் கமிசனரைத் தூண்டிவிட்டு, அவருக்கு என்மேல கெட்ட அபிப்ராயம் உண்டாக்கி, வாய்ப்பே இல்லாத டெட்லைன் வைக்கக் காரணமா இருந்தது யார் தெரியுமா?

"இதெல்லாம் யாரோ ஒருத்தர் வேணும்னே பண்ணுன வேலையா? நான் எதேச்சையா நடந்ததுன்னு நினைச்சேன். இதுக்கு பின்னாடி யார் இருக்கா? ஏன் செய்றாங்க?"

“நிரூபிக்கப்படாத வரை எதுவுமே எதேச்சை இல்லை அப்படிங்கிறது குற்றவியல்ல அடிப்படைப் பாடம். நவீனுக்குப் பின்னால் ஈஸ்வரி இருக்கது தெரியும். ஆனால் அந்த ஈஸ்வரிக்கும் பின்னால் இருக்க அந்த ஆள். சாதாரண ரோடு சைட் சாமியாரா இருந்த ஈஸ்வரி அம்மாவை இன்னைக்குத் தமிழ்நாடு முழுக்க பிரபலப்படுத்திய ஆள்.”

“ஈஸ்வரிக்குப் பின்னால் இன்னொரு ஆளா? யார் அவர்?”

“முன்னாள் ஐஏஎஸ் ஆஃபிசர் பூர்ணசந்திரன்.”

“ஐ ஏ எஸ் ஆஃபிசர் பூர்ணசந்திரனா? நான் காலேஜ் படிக்கும் போது எங்க காலேஜ்ல கூட வந்து பேசியிருக்கார். அருமையா பேசுவார். அவரா இதையெல்லாம் செஞ்சார். நம்பவே முடியல.”

“அவர் ஆட்டுவிக்கிற மாதிரி ஆடுற பொம்மைகள்தான் இந்த ஈஸ்வரி, நவீன் எல்லாருமே. திருட்டு பைக் வித்த ஈஸ்வரி இன்னைக்கு 50 கோடி இடம் வாங்குற அளவு வந்திருக்கான்னா அதுக்குப் பின்னாடி இருக்க பவர் செண்டர் பூர்ணசந்திரன். நான் அந்த பவர் செண்டர் மேல கை வச்சிருக்கேன். இனிமேதான் உண்மையான பிரச்சனை ஆரம்பிக்கப் போகுது. Common sequences are more common than uncommon sequences”

தூரத்தில் பத்திரிகையாளர் சந்திப்பில் ஆணையர் பேசிக்கொண்டிருந்தது ஒலிப்பெருக்கியில் கேட்டது.

“இந்த சதிவேலைகளுக்கு மூளையாகச் செயல்பட்ட நவீன் என்பவரைக் கைது செய்துவிட்டோம்.”

புன்னகைத்துக் கொண்டே மருத்துவமனையில் இருக்கும் திருவைப் பார்க்கக் கிளம்பினான் ஆல்டோ.

**முற்றும்.**

*எழுத்தாளரைத் தொடர்பு கொள்ள: senbalan@gmail.com*
*www.senbalan.com*